పర్వమునుండి గ్రంథముముగింపు నరణ్యపర్వశేషము నెఱ్ఱాప్రెగ్గడ తెనిఁగించెను. ఇట్లే భాస్కరుఁడు ప్రారంభించిన భాస్కరరామాయణము శిథిలము కాఁగా నారణ్యకాండ యుద్ధకాండపూర్వభాగములు దక్కఁ దక్కిన కాండములు మల్లికార్జునాదులచేఁ బూరింపఁబడియె. భాగవతము సైతము పోతనకృత స్కంధములు కొన్ని శిథిలము కాఁగా గంగన బొప్పన నారనసింగనాదులు పూరించిరి. ఇట్లు శిథిలమగుటకు ముఖ్యహేతువేమి? రాజనరేంద్రుఁడు క్రీ. శ. 1020 లోఁ జనిపోవఁగా నతనిపుత్రుఁడు కులోత్తుంగుఁడు చోళదేశము పరిపాలించుచుండెను. రాజనరేంద్రుని తమ్ముఁడు విద్వత్పక్షపాతి గాక క్రూరుఁడగుటచేతను నన్నయ ప్రియమిత్రుఁడగుటచే భారతరచన నిలిచిపోయెను. భాస్కరుఁడు ప్రతాపరుద్రుని సేనాని యగుమారని కంకితమిచ్చి రచించెను. 1323 కాలమున నోరుగల్లు తురకలచేఁ బడినంతన భాస్కరరామాయణము నష్టమయ్యె. నష్టభాగములఁ దత్పౌత్రాదులు పూరించిరి. ఇట్లే 1430 ప్రాంతమున నోరుగల్లు తురకలచే నాక్రమింపఁబడినప్పుడు భాగవతము సైతము లోకవ్యాప్తము కాకమున్నే కొన్ని స్కంధభాగములు నష్టములయ్యె ననుట సత్యమునకు దూరము కాదు. కాకతీయ రాజ్యము మహోన్నతదశలో నున్న కాలమున ననఁగా క్రీ. శ. 1030 నుండి 1440 వఱకు రచింపఁబడిన గ్రంథసహస్రములలో నుభయభాషలలోను 20–30 కంటె నెక్కువగా మనకాలమునకు నిలిచినవి కావు. రాజ్యవిప్లవముల వలనఁ బ్రజలు దేశభ్రష్టులై ప్రాణమానములు దక్కించుకొనఁ బాఱిపోవునప్పుడు తాళపత్రసంపుటములఁ గొనిపోవుదురనుట యసంభవము. అట్టి కాలములోని గ్రంథములు భాగవతము కొంతభాగమైనను లభించుట మన భాగ్యమే యని సంతుష్టి నొందఁదగు. భాగవతములో 1, 2, 7, 10 [పూర్వభాగము] స్కంధములు మాత్రమే పోతన కవిత్వమనియు 3, 4, 5, 8, టిలో కొన్ని భాగములు పరపూరితములనియు 6, 10 (ఉత్తరభాగము), 11, 12, స్కంధములు పోతన కవిత గాదనియుఁ బెద్దలు నిశ్చయించిరి. ఏర్చూరి సింగన షష్ఠస్కంధము మొదలుపెట్టెను. సింగనార్యుఁడు తృతీయ చతుర్థ పంచమ స్కంధములు పూరించిరి. అష్టమశేష నవమస్కంధముల నేకాదశ ద్వాదశస్కంధముల నారయాదులు ముగించిరి. పోతనకవిత శ్రేష్ఠమైనది

ప్రాయశః నిర్దుష్టము. పూరించినకవుల కవితలు నీరసములై దోషబహుళములై యుండుట నిస్సంశయము. దశమస్కంధమును మాత్రము మడికిసింగన్న ద్విపదరూపమున రచించె. అది పోతన గ్రంథమునకు శిథిలత్వపూరణము కాదనియు స్వతంత్రరచనమనియుఁ దోచుచున్నది. పూరించిన కవులలో ఏర్చూరి సింగన, మడికి సింగనయు, నోరుగంటి కుత్తరమున రామగిరివాసులు. ఏర్చూరి సింగన కువలయాశ్వచరిత్రకూడ రచించెను. బొప్పనామాత్యుని త్రిభువనగిరి రాచగిరికూరు షష్ఠైకాదశ ద్వాదశ స్కంధములు తెనిఁగించిన వారిభట్టు కంబము పెట్టివాసె. అన్య స్కంధగ్రంథకర్తలగు మల్లన సింగనలు బెజవాడ సమీపవాసులు. దీని నూహింప భాగవతరచన నోరుగంటిచుట్టు నేఁబది మైళ్ళదూరములో నిముడుచున్నది.

పై యంశము లాలోచింప బమ్మెర పోతన యోరుగంటిలో నుండె నని తోఁచును. గ్రంథము శిథిలమగుటకుఁ గారణము సులభగోచర మగును. 1420 ప్రాంతమునఁ గజపమండలము విద్యానగరరాజగు దేవరాయని పాలనమునందుండెను, అతని మంత్రు లాంధ్రులు. పెక్కండ్రాంధ్రభాషలో గ్రంథరచనఁ జేయించిరి. వారిరాజ్యములో భాగవతమువంటి గ్రంథము నశించుటకు వీలుండదు. పోతన యేకశిలానగరవాసి యని భాగవతములోఁ జెప్పుకొనెను. నగరశబ్దము సాధారణముగా రాజధానికి నామము. కార్వేటినగరాదు లపవాదకోటిలోఁ జేరును. ఏకశిలానగర మనుపేరు సుప్రసిద్ధముగా నోరుగంటికిఁ జేరె. బమ్మెరగ్రామము తత్సమీపమున నున్నది. ఇప్పుడింటిపేరొకచోట వాసము మఱియొకచోటఁ దఱచైనను బూర్వకాలమున నంత తఱచుగా నుండదని మామతము. పోతనగ్రంథము సర్వజ్ఞసింగభూపాలుఁడు కోరె ననుటయుఁ బోతన రచించినభోగినీదండకము తద్వేశ్యాప్రశస్తికమనుటయు సింగభూపాలుఁడు రాచగిరిలో రాజ్యము చేసినవాఁడనుటయుఁ బోతన తత్సమీపప్రదేశవాసి యను నంశము స్థిరీకరించుచున్నది. రసార్ణవసుధాకరచమత్కారచంద్రికాది గ్రంథముల రచించిన లేక రచింపఁజేసిన సింగభూపాలుఁడు శ్రీనాథునికంటెఁ జాలఁ బ్రాచీనుఁడని స్పష్టమైనది. చమత్కారచంద్రికలోని చక్రబంధశ్లోకము ("సత్కృత్యచక్రదిశావిలాసి

నయవారి అనునది) విద్యారణ్యుల సోదరుఁడగు సాయణునిచే విరచితమగు నలంకారసుధానిధిలో నుదాహరింపఁబడినది. సాయణుఁడు 1830 లో దీని రచించినందున రసార్ణవసుధాకరాది కర్త సింగభూపతి 1360 లో నుండె ననుట యసంభవము కాదు. కొందఱితఁడు శ్రీనాథసమకాలికుఁడని భ్రమపడిరి కాని యది యసాధ్యమని తేలెఁగదా! కర్ణాటరాజులక్రింద నుండు కడపమండలవాసి శ్రీనాథాదులచే [illegible] కీర్తి యగు దేవరాయల విడిచి పరరాష్ట్రీ ప్రభువగు సింగభూపతి నాశ్రయించె ననుట మహాబ్బురమగు కారణమున్నంగాని మఱియు సమ్మతిపాత్రము కాదు. శ్రీనాథుఁడు బహుదేశసంచారి రాజులను రాజ్యములను జూచుచుండఁ దానును రాజ్యలక్ష్మివలె నూతనప్రియుల నాశ్రయించుచుండె. కేవలము భగవత్కైంకర్యము నభిలషించిన పోతన రాజపరంపర స్తుతింప జీవించెనా యను నచ్చెరువు కలుగుచున్నది. పై యంశములఁ గ్రోడీకరించి నిష్పక్షబుద్ధితోఁ జూచిన నతఁడోరుగల్లువాసి యనియు భాగవతము రాజ్యవిప్లవమున క్షీణించెననియు నంగీకరింపఁదగు.

పోతన శ్రీధరస్వామిశిష్యుఁడని యోరుగంటి ప్రాంతమునఁ బ్రతీతి గలదు. పోతన శ్రీధరవ్యాఖ్యానసారముతోఁ జేర్చి తెనిఁగించె ననుట నిశ్చయము. శ్రీధరుఁడు రాచగిరిప్రాంతపుయతి. భాగవతము కాక వీరభద్రవిజయము కూడఁ బోతన రచితమే. ముద్రితగ్రంథమున నాల్గవ యాశ్వాసము పోతన కృతము కాదు.

ధ్రువోపాఖ్యానభాగమున నొండు రెండుపద్యములు దక్కఁ బోతన కవననైపుణి యెందును గానరాదు. అది గంగనాదుల కవితారచనమా యని తోఁచును. అయినను వెన్నెలకంటి సూరన రచించిన విష్ణుపురాణము లోని ధ్రువోపాఖ్యానపు రచనకంటె నిది పెక్కుభంగుల గుణవత్తర మనుట నిస్సంశయము.

ప్రకాశకులు.

శ్రీ హయగ్రీవాయ నమః

ధ్రువోపాఖ్యానము.

టీకా తాత్పర్యసహితము.

క. విను నిఖిలభువన పరిపా
లనమునకై చంద్రధరక • ళాలలితుండై
వనజజునకు స్వాయంభువ
మను వపు డుదయించెఁ గీర్తి • మంతుం డగుచున్, 1

అర్థము. విను = వినుము; నిఖిల, భువన, పరిపాలనమునకై = లోకముల నన్నిటిని ఏలుటకొఱకు; చంద్రధర, కళా, కలితుండు, ఐ = చంద్రునిధరించిన శివునియొక్క తేజముతో కూడియున్నవాఁడై; వనజజునకున్ = [విష్ణుమూర్తి నాభిమండలి పద్మమునందుపుట్టిన] బ్రహ్మకు; కీర్తిమంతుండు, అగుచున్ = కీర్తితోఁ గూడినవాఁడై; స్వాయంభువమనువు = [స్వయముగా పుట్టిన బ్రహ్మకొడుకయిన] స్వాయంభువుఁడనెడి మనువు; అపుడు = అప్పుడు; ఉదయించెన్ = పుట్టెను.

తా. మైత్రేయుఁడు విదురునితోఁ జెప్పుచున్నాఁడు. “విదురా! వినుము, సమస్తలోకములను ధర్మమార్గమునఁ బరిపాలించుటకొఱకు శివుని తేజమును ధరించి, మిగులఁగీర్తినిగాంచి, బ్రహ్మకు కుమారుఁడై స్వాయంభువ, మనువు పుట్టెను.”

తే. గీ. రూఢి నమ్మనువునకు శత • రూపవలన
భూనుతు లగు ప్రియవ్రతో • త్తానపాదు
లనఁగ నిద్దఱు పుత్త్రులై • రందులోన
భవ్యచారిత్రుఁ డుత్తాన • పాదునకును. 2

అర్థ. రూఢిన్ = ప్రసిద్ధముగునట్లు, అమ్మనువునకున్ = ఆస్వాయంభువమనువునకు; శతరూపవలనన్ = శతరూప అను భార్యయందు; ప్రియవ్రత, ఉత్తానపాదులు = ప్రియవ్రతుఁడును, ఉత్తానపాదుఁడును; అనఁగన్ = అను పేళ్లతో; భూనుతులు, అగు = భూమియందు పొగడ్తగన్న. ఇద్దఱుపుత్రులు, ఐరి = ఇద్దరుకొడుకులుపుట్టిరి; అందులోనన్ = వారిద్దఱిలోను; భవ్యచారిత్రుఁడు = ఎన్నికగన్ననడవడిగల; ఉత్తానపాదునకును = ఉత్తానపాదునికి [ముందుపద్యముతో నన్వయము]

తా. ఆస్వాయంభువమనువునకును అతని భార్యయగు శతరూపకును ప్రియవ్రత, ఉత్తానపాదు లను పేళ్లుగలవారును, మంచినడవడిగలవారును నగు నిద్దఱుకొడుకులు పుట్టిరి. ఆయిద్దఱిలో ఉత్తానపాదునకు

క. వినుము, సునీతియు సురుచియు
నను భార్యలు గలరు; వారి • యందును ధ్రువునిం
గనిన సునీతియు నప్రియ
యును, సురుచియుఁ బ్రియయు నగుచు • నున్నట్టియెడన్.

అర్థ. వినుము = వినుము; [ఉత్తానపాదునకు;] సునీతియు, సురుచియు, అను, భార్యలు కలరు = సునీతి, సురుచి అను భార్యలుండిరి; వారియందును = వారిద్దఱిలో; ధ్రువునిగనిన సునీతియు, అప్రియయును = ధ్రువునితల్లియైన సునీతి ఉత్తానపాదునకు ఇష్టురాలు కాకుండెను; సురుచియు, ప్రియయును = సురుచిఅనుభార్య ఇష్టురాలును; అగుచున్, ఉన్నట్టి ఎడన్ = అయిఉండఁగా [ముందటిపద్యముతో నన్వయము]

తా. ఉత్తానపాదునకు సునీతి, సురుచి అను నిద్దఱు భార్యలుండిరి వారిలో ధ్రువునితల్లియైన సునీతి భర్తకిష్టురాలుకాదు; సురుచి యిష్టురాలైయుండెను. ఇట్లుండఁగా-

సీ. ఒకనాఁడు సుఖలీల • నుత్తానపాదుండు
నెఱఁ బ్రియురాలైన • సురుచిగిన్న

కొమరుఁ నుత్తముఁ దన • తొడలపై నిడికొని
యుపలాలనము సేయుచున్న వేళ
నర్థిఁ దదారోహ • ణాపేక్షితుండైన
ధ్రువునిఁ గనుంగొని • తివుట నాద
రింపకుండుటకు గ • ర్వించి యా సురుచియు
సవతిబిడ్డండైన • ధ్రువునిఁ జూచి

తే. గీ. తండ్రితొడ నెక్క వేడుక • దగిలెనేనిఁ
బూని నాగర్భమున నాఁడ • పుట్టక న్య
గర్భమునఁ బుట్టి కోరినఁ • గలదె నేఁడు
జనకు తొడ యెక్కు భాగ్యంబు • సవతికొడుక. 4

అర్థ. ఒకనాఁడు = ఒకదినమున; సుఖలీలన్ = సౌఖ్యముగా; ఉత్తానపాదుండు = ఉత్తానపాదుఁడు; నెఱిన్ = ప్రేమముతో; ప్రియురాలైన, సురుచి, కన్న, కొడుకున్ = తనకిష్టురాలయిన సురుచియందు పుట్టినకొడుకగు; ఉత్తమున్ = ఉత్తముఁడనువానిని; తనతొడలపైన్, ఇడికొని = తనతొడలమీఁద నుంచుకొని; ఉపలాలనము, చేయుచున్న వేళన్ = ముద్దులాడుచుండఁగా; అర్థిన్ = కోరికతో; తత్, ఆరోహణ, అపేక్షితుండు, ఐన = ఆతొడలమీఁద నెక్కుటకు అభిలాషపడుచున్న; ధ్రువునిన్ = ధ్రువుని; కనుంగొని = చూచి; తివుటన్ = ప్రేమతో; ఆదరింపకుండుటకున్, గర్వించి = చేరఁదీయలేదుగదా అని గర్వముపొంది; ఆసురుచియు = ఆసురుచి; సవతిబిడ్డండు, ఐన, ధ్రువునిన్, చూచి = తన సవతియైన సునీతికొడుకయిన ధ్రువునిచూచి; తండ్రితొడన్ ఎక్క, వేడుక = తండ్రితొడపైనుండు ఉత్సాహము; తగిలెనేనిన్ = పుట్టినట్టయితే; పూని = కోరికతో; నా, గర్భమునన్ = నాకడుపులో; నాఁడ = మొదటనే; పుట్టక = జన్మింపక; అన్యగర్భమునన్ = మఱియొకతె

కడుపున; పుట్టి = పుట్టి; నేఁడు = ఈదినమున; కోరినన్ = కావలెననిన; సవతికొడుక = నాసవతిపుత్రుఁడవగు ధ్రువుఁడా; జనకుతొడ, ఎక్క, భాగ్యంబు = తండ్రితొడపైఁ గూర్చుండుభాగ్యము; కలదె = కలుగునా?

తా. ఒకనాఁ డుత్తానపాదుఁడు సౌఖ్యముగాఁ గూర్చుండి తన ప్రియురాలగు సురుచి కొడుకయిన ఉత్తముని తొడపైనుంచుకొని ముద్దులాడుచుండఁగా ధ్రువుఁడును అతనితొడపైఁ గూర్చుండ నుత్సహించుచుండెను. అతనిని ఉత్తానపాదుఁడు ఆదరించలేదు. అదిచూచి సురుచి గర్వముతో ధ్రువునిజూచి · ధ్రువుఁడా సవతికొడుకా, నీవు తండ్రి తొడ నెక్కవలెనని యున్నదా? అట్టి ఉత్సాహములవాఁడవు మొదట నాగర్భమునందే పుట్టియుండిన బాగుండెడిది అట్లుపుట్టక యిప్పుడు తండ్రితొడపైఁ గూర్చుండుభాగ్యము కావలెనని న కలుగునా?

క. అదిగాన నీ వధోక్షజు
పదపద్మము లాశ్రయింపు • పాయక హరి నా
యుదరమునఁ బుట్టనిచ్చును
వదలకే యట్లయిన ముదము • వఱలెడి నీకున్. 5

అర్థ. అది, కానన్ = అందుచేత; నీవు = నీవు; అధోక్షజు = ఇంద్రియములను జయించినవారికి ప్రత్యక్షమగు శ్రీమహావిష్ణువుయొక్క; పదపద్మములు = పద్మములవంటి పాదములను; ఆశ్రయింపు = ఆశ్రయింపుము; పాయక = తప్పక; హరి = ఆవిష్ణువు; వదలక = నిన్నువిడిచిపెట్టక; నా, ఉదరమునన్ = నాగర్భమునందు; పుట్టనిచ్చును = పుట్టునట్లుచేయును; అట్లు, అయినన్ = అట్లునీవు నాగర్భమునజనించినయెడల; నీకున్ = నీకు; ముదము, వఱలెడిన్ = నీకుసంతోషముకలుగును

తా. అందుచేత నీవుతపస్సుచేసి శ్రీవిష్ణువుయొక్క పాదపద్మముల నాశ్రయించినయెడల శ్రీహరి నిన్నుతప్పక నాగర్భమునందుపుట్టునట్లుచేయును. అట్లునీవు నాగర్భమునందు పుట్టినయెడల నీకుసంతోషము కలుగును.

క. అని యీరీతి నసహ్యా వ
చనములు పినతల్లి యపుడు జనకుఁడు వినఁగాఁ
దను నాడిన దుర్భాషా
ఘనశరములు మనము నాటి కాఱియఁబెట్టన్. 6

అర్థ. అని = ఇట్లు, ఈ, రీతిన్ = ఈప్రకారముగా; అప్పుడు = అప్పుడు; జనకుడు; వినఁగాన్ = తండ్రివినుచుండఁగానే; పినతల్లి = సవతితల్లియైన సురుచి; అసహ్యవచనములు = సహింపరాని మాటలను; తను = తన్ను; ఆడిన = పలికిన; దుర్భాషా, ఘన, శరముల నాటి = చెడుమాటలనెడు గొప్పబాణములు; మనము = మనస్సునందు నాటి; కాఱియన్, పెట్టన్ = హింసించఁగా.

తా. ఇట్లు పినతల్లియైన సురుచి సహింపరానిమాటలను తన తండ్రి వినుచుండఁగనే తన్నుపలుకఁగా ధ్రువుఁడాకఠినవచనములనెడు బాణములు తనమనస్సున నాటి హింసింపఁగా- (ముందుపద్యముతో నన్వయము)

క. తను నట్లుపేక్ష సేసిన
జనకునికడఁ బాసి దుఃఖ జలనిధిలోనన్
మునుఁగుచును దండతాడిత
ఘనభుజగముఁబోలె రోష కలితుండగుచున్. 7

అర్థ. తనున్ = తన్ను; అట్లు = ఆవిధముగా; ఉపేక్ష, చేసిన = అనాదరణము చేసిన; జనకుని, కడన్ = జనకునియొద్దనుండి; పాసి = వదలి; దుఃఖ, జలనిధిలోన్ = దుఃఖసముద్రములో; మునుఁగుచును = మునుఁగుచు; దండ, తాడిత = కఱ్ఱతో కొట్టఁబడిన; ఘన, భుజగము, పోలెన్ = గొప్పసర్పమువలె; రోష, కలితుఁడు, అగుచున్ = మిక్కిలిఆగ్రహముపొందినవాఁడై- (ముందుపద్యముతో నన్వయము)

తా. ఇట్లు తన్ననాదరించిన తండ్రియెదుటనుండి వెడలిపోయి దుఃఖసముద్రములో మునుఁగుచు కఱ్ఱచే కొట్టబడిన గొప్పసర్పమువలె కోపముపొంది.

క. ఘనరోదనంబు సేయుచుఁ
గనుఁగవలను శోకబాష్పకణములు దొరఁగన్
జననికడ కేఁగుటయుఁ దన
తనయునిఁ గని యాసునీతి తద్దయుఁ బ్రేమన్. ౯

అర్థ. ఘనరోదనంబు, చేయుచు = గట్టిగా ఏడ్చుచు; కనుఁగవలను = రెండుకన్నులవెంబడి; శోక, బాష్పకణములు = దుఃఖమువలన కలిగిన కన్నీటిబొట్టులు; దొరఁగన్ = రాలుచుండఁగా; జననికడకు, ఏఁగుటయు = తల్లియొద్దకుపోవఁగా; తనయునిన్, కని = తనకుమారునిచూచి; ఆ, సునీతి = ఆసునీతి; తద్దయున్, ప్రేమన్ = ఎక్కువయైనప్రేమతో.

తా. ధ్రువుఁడు గట్టిగానేడ్చుచు, కన్నులవెంబడి దుఃఖాశ్రువులు రాలుచుండఁ దల్లియొద్దకుపోఁగా ఆసునీతి తనకుమారునిఁజూచి మిక్కిలియుఁబ్రేమతో-(ముందుపద్యముతోనన్వయము.)

వ. తన తొడలపై నిడుకొని

అర్థ. తొడలపైన్, ఇడికొని = తొడలమీద గూర్చుండఁబెట్టుకొని.

క. కర మనురక్తిని మోము ని
విరి తద్వృత్తాంత మెల్ల వెలఁదులు నంతః
పురవాసులుఁ జెప్పిన విని
పఱపుగ నిట్టూర్పు లెసఁగ బాష్పాకులయై. 10

అర్థ. కరము, అనురక్తి = మిక్కిలిఅనురాగముతో; మోము, నివిరి = మొగముతడివి; తద్, వృత్తాంతము, ఎల్లన్ = ఆసంగతియంతయు, వెలఁదులును = స్త్రీలును; అంతఃపురవాసులును = అంతఃపురము

నందలివారును; చెప్పఁగన్ = చెప్పఁగా; విని = విని; పరపుగన్ = విస్తారముగా ; నిట్టూర్పులు = దీర్ఘనిశ్వాసములు ; ఎసఁగన్ = ఎక్కువయగునట్లు ; బాష్ప, ఆసల, ఐ = కన్నీటిచేత కలఁతనొందినదై

తా. సునీతి మిక్కిలియు ప్రేమతోఁ దనకుమారుని మొగము తడవి, జరిగినవృత్తాంతమంతయు చెలికత్తెలును అంతఃపురవాసులును జెప్పఁగా విని నిట్టూర్పులు విడుచుచు కన్నీరు కార్చుచు- (ముందుపద్యముతో నన్వయము.)

తే. గీ. సవతి యాడిన మాటలు సారెఁ దలఁచి
కొనుచుఁ బెచ్చు దుఃఖాగ్నిఁ గుందుచుండె
దావపావకశిఖలచేఁ దగిలి కాంతి
వితతిఁ గందిన మాధవీలతిక పోలె. 11

అర్థ. సవతి = తనసపత్నియైన సురుచి; ఆడిన = పలికిన; మాటలు = మాటలను; సారెన్ = పలుమారు, తలఁచికొనుచు = జ్ఞప్తికి తెచ్చుకొనుచు ; పెచ్చు = ఎక్కువయగుచున్న ; దుఃఖ అగ్ని = దుఃఖమనెడి అగ్నిచేత; దావ, పావక, శిఖలచేన్ = కార్చిచ్చుమంటలచే ; తగిలి = ఆవరింపఁబడి ; కాంతి, వితతిన్ = కాంతిసమూహముచే ; కందిన వాడిన ; మాధవీలతిక, పోలెన్ = గురువిందతీఁగవలె ; కుందుచుండెన్ = దుఃఖించుచుండెను

తా. తనసవతియైన సురుచి పలికినపలుకులను మాటిమాటికిని దలంచుకొనుచు, దుఃఖమతిశయించుచుండఁగా, కార్చిచ్చుమంట లంటుకొనిన మాధవీలతవలె మిక్కిలియు కాంతిమాసి శోకించుచుండెను.

వ. అంత నాసునీతి బాలకుం జూచి తండ్రి దుఃఖింపకు మని యిట్లనియె

అర్థ. అంతన్ = పిమ్మట; ఆసునీతి = సునీతి; బాలకునిన్, చూచి = కొడుకగు ధ్రువుని చూచి ; తండ్రి, దుఃఖింపకుము = నాయనా; విచారింపకుము ; అని, ఇట్లనియె = అనిపలికి యిట్లు చెప్పెను.

తా. అప్పుడా సునీతి ధ్రువునిఁజూచి- నాయనా, విచారింపవలదు, అనిపలికి మరల నిట్లు చెప్పెను.

క. అనఘా ! యీదుఃఖమునకుఁ
బనిలే దన్యులకు సొలయ బలవంతంబై
తనపూర్వజన్మదుష్కృత
ఘనకర్మము వెంటనంటఁగా నెవ్వలనన్. 12

అర్థ. అనఘా = పాపములేనివాఁడా, ధ్రువుఁడా, ఏ, వలనన్ = అన్ని విధములచేతను ; అన్యులకున్, సొలయన్ = ఇతరులచే బాధపడ వలయునని ; బలవంతంబై = దాఁటశక్యముకానిదై; తన, పూర్వ జన్మ, దుష్కృత, ఘన, కర్మము = తనపూర్వజన్మమందు చేసికొనిన పాపము వలనఁగలిగిన గొప్పకర్మము ; వెంటనంటఁగా = వెంటననుసరించి యుండగా; దుఃఖమునకుఁబనిలేదు = ఈదుఃఖముపొందుటవలన కార్యములేదు.

తా. పాపరహితుఁడా ధ్రువుఁడా ! మనపూర్వజన్మమునందు చేసిన పాపమునకు ఫలముగా ఇతరులవలన మనము బాధలుపడవలసి యుండఁగా ఈదుఃఖమువలన నేమిప్రయోజనము ?

వ. కావున.

అర్థ. కావునన్ = అందుచేత.

క. పెనిమిటిచేతను బెండ్లా
మనికాదు, నికృష్టదాసి యనియును బిలువం
గను జాలని దుర్భగురా
లనఁగల నాకుక్షి నుదయ మందినకతనన్. 15

అర్థ. పెనిమిటిచేతను = భర్తచేత; పెండ్లామని కాదు = భార్య అనికాక; నికృష్ట, దాసి, అనియును = నీచదాసి అని కూడ; పిలువం

గనుచాలని = పిలుచుటకుతగని; దుర్భగురాలు, అనఁగల = దురదృష్ట రాలు అని పిలుచుటకుతగిన; నాకుక్షిన్ = నాగర్భమునందు; ఉదయమందినకతనన్ = పుట్టుటవలన.

తా. భర్త నన్ను భార్యయని పిలువకుండుట యటుండ ఓనీచదాసీ! అనికూడ పిలుచుటకుఁదగని నాయట్టి దురదృష్టవంతురాలి కడుపునఁబుట్టితివి కనుక. (ముందుపద్యముతో నన్వయము.)

క. నిను నాడిన యా సురుచి వ
చనములు సత్యంబులగును • సర్వశరణ్యుం
డనఁగల హరిచరణంబులు
గను జనకునియంక మెక్కఁ • గాఁ దలఁతేనిన్.

అర్థ. నినున్, ఆడిన = నిన్ను దూషించినట్టి; ఆ, సురుచి, వచనములు = సురుచిమాటలు; సత్యంబులు, అగును = సత్యమైనవే, సర్వశరణ్యుండు, అనఁగన్ = సమస్తప్రాణికోటికిని శరణు జొచ్చుటకు వీలగువాఁడనఁగల; జనకుని, అంకము, ఎక్కఁగాన్ తలతు, ఏనిన్ = తండ్రితొడపైని ఎక్కుటకు కోరినయెడల; హరిచరణంబులు కనుము = శ్రీమహావిష్ణుని పాదములనాశ్రయింపుము

తా. నిన్నుదూషించుచు సురుచిపలికిన పలుకులన్నియును సత్యంబులే. నీవు నీతండ్రితొడపై నెక్కఁగోరితివేని సమస్తప్రాణములను రక్షకుఁడగు శ్రీహరిపాదముల నాశ్రయింపుమా.

వ. కావునఁ బినతల్లియైన యా సురుచియాదేశంబున నధో
క్షజు నాశ్రయింపుమని చెప్పిన నిట్లనియె.

అర్థ. కావునన్ = అందుచేత; పినతల్లి, ఐన = సవతితల్లియగు; ఆ, సురుచి, ఆదేశంబునన్ = ఆసురుచి ఆజ్ఞప్రకారము; అధోక్షజున్ = ఇంద్రియములను జయించినవారికి సులభుఁడైన శ్రీహరిని ఆశ్రి;

యింపుము, అని = శరణము వేఁడుము అని; వెండియున్, ఇట్లు అనియెన్ = తిరిగి యిట్లు చెప్పెను

తా. అందుచేత నీవు నీసవతితల్లియైన సురుచియాజ్ఞాప్రకారము జితేంద్రియుఁడవై శ్రీహరి నాశ్రయింపుమని తిరిగి యిట్లు చెప్పెను.

సీ. పరికింప నీవిశ్వ • పరిపాలనమునకై
యర్థి గుణవ్యక్తుఁ • డైనయట్టి
నారాయణుని పాద • నలినముల్ సేవించి
తగ బ్రహ్మ బ్రహ్మప • దంబునొందె
ఘనుఁడు మీ తాత యా • మనువు సర్వాంతర
యామిత్వమగు నేక • మైనదృష్టిఁ
జేసి యాగముల య • జించి తా భౌమను
ఖములను దివ్యసు • ఖములమోక్ష
సుఖములను బొందె నట్టియ • చ్యుతునిఁ బగుని
వితతయోగీంద్ర నికర సం • వేష్ట్యమాన
చరణసరసిజయుగళు శ • శ్వత్ప్రకాశు
భక్తవత్సలు విశ్వసం • పాద్యు హరిని.

అర్థ. పరికింపన్ = పరీక్షింపఁగా; ఈవిశ్వ, పరిపాలనమునకై = ఈజగత్తునంతటిని పరిపాలించుటకొఱకు; అర్థిన్ = కోరికతో; గుణవ్యక్తుఁడు, ఐనయట్టి = గుణములచేతనే తెలియుటకువీలయిన; నారాయణుని = నారాయణమూర్తియొక్క; పాదనలినముల్ = పాదపద్మములను; సేవించి = ఆశ్రయించి; తగన్ = ఒప్పునట్లుగా; బ్రహ్మ = బ్రహ్మదేవుఁడు; బ్రహ్మపదంబున్, అందెన్ = తనబ్రహ్మపదవినిపొందెను; ఘనుఁడు = గొప్పవాఁడగు; మీ, తాత - ఆ, మనువు = మీతండ్రియైన ఆస్వాయం

భువనూనువు; సర్వాంతరయామిత్వము, అను = సర్వమునందును ఈశ్వరుఁడు నిండియున్నాఁడను; ఏకదృష్టిఁజేసి = నిశ్చలమైన తలంపుతో; యాగములన్ = యజించి = యజ్ఞములు చేసి, తాన్ = తాను; భౌమసుఖములన = ఐహికసుఖములను; దివ్యసుఖములన్ = స్వర్గసౌఖ్యములను, మోక్షసుఖములను = సంసారమునుండి విముక్తిం బొందుటవలనఁ గలుగుసుఖములను; పొందెన్ = పొందెను; అట్టి = అటువంటి, అచ్యుతునిన్ = నాశనములేనివానిని; వసుని = అంతటఁ గలుఁగును శ్రేష్ఠుఁడైనవానిని, వితత యోగీంద్రనికర, సంవేష్ట్యమాణ = సమస్తయోగీంద్రసంఘము చేతను చుట్టబడియున్న; చరణ, సరసిజ, యుగళున్ = పాదపద్మముల జంటనుగలవానిని, శశ్వత్, ప్రకాశున = శాశ్వతముగా వెలుగుచుండువానిని, భక్తవత్సలున్ = భక్తులయెడల బిడ్డలయందువలె ప్రేమగలవానిని; విశ్వ, సంపాద్యా[illegible] = విశ్వమునంతటిని రక్షించువానిని హరిని = విష్ణుమూర్తిని

తా. బ్రహ్మ తనపదవిని పొందుటకును మీతాతయైన స్వాయంభువమనువు ఐహిక, పారలౌకిక, మోక్షసుఖములను బొందుటకును, ఏ యచ్యుతుని, వసుని, యోగీంద్రసేవితుని, శాశ్వతప్రకాశముకలవానిని, భక్తవత్సలుని సేవించెనో ఆ శ్రీహరిని [ముందుపద్యముతో నన్వయము.]

వ. మఱియును.

అర్థ. మఱియును = ఇంకను.

క. కరసరసిజగృహీతాం
బురుహాయు నరవిందగర్భ ♦ ముఖగీర్వాణుల్
పరికింపంగల లక్ష్మీ
తరుణీమణిచేత వెదకఁ ♦ బడు పరమేశున్. 20

అర్థ. కర, సరసిజ, గృహీత, అంబురుహాయున్ = పద్మమువంటి చేతితో పట్టుకొనఁబడిన పద్మముకలదియు, అరవిందగర్భ, ముఖ గీర్వాణుల్ = తామరపువ్వునందు పుట్టినబ్రహ్మయు మొదలయిన దేవతలు; పర

కింపఁగల = వెదుకఁబడఁదగినట్టి; లక్ష్మీ, తరుణీమణి చేత = లక్ష్మియనెడు శ్రేష్ఠురాలగు స్త్రీచేత; వెదకఁదగు = కనఁగొనఁదగినట్టి; పరమేశున్ = శ్రేష్ఠుఁడైనప్రభువును.

తా. చేతియందు తామరపువ్వునుబట్టుకొని బ్రహ్మాదులచే వెదుకఁదగిన లక్ష్మిచే వెదకఁదగిన యాప్రభుశ్రేష్ఠుని. [ముందుపద్యముతో నన్వయము]

-: ధ్రువుండు నారదోపదేశంబుఁబడసి తపంబు సేయుట :-

వ. నిజధర్మపరిశోభితంబైన యేకాగ్రచిత్తంబున నిలిపి సేవింపుము మహాత్మునికంటె నీదుఃఖంబపనయించువాఁ డన్యుం డొక్కరుండు కలండే యని పలికినఁ బరమార్థప్రాప్తిహేతుకంబులైన తల్లివాక్యంబులు విని తన్నుఁదాన నియమించుకొని పురంబు వెడలి చను నవసరంబున నారదుండు తద్వృత్తాంతంబెఱింగి యచ్చటికిం జనుదెంచి యతనిచికీర్షితంబు దెలిసి పాపనాశకరంబైన కరతలంబున నాధ్రువుని శిరంబంటి మానభంగంబునకు సహింపని క్షత్త్రియులప్రభావం బద్భుతంబుగదా బాలకుండయ్యుఁ బినతల్లియాడిన దురుక్తులు చిత్తంబునంబెట్టి చనుచున్నవాఁ డని మనంబున నాశ్చర్యంబునొంది, "యోబాలక ! సకలసంపత్సమృద్ధంబగు మందిరంబు దెగడి యొంటి నెందు నేగెదవు ? స్వజనకృతంబగు నవమానంబుచే నిను సంతప్తుఁగాఁదలంచెద" నని ధ్రువుం డిట్లనియె, "సపత్నీమాతృవాగిషుక్షతంబగు వ్రణంబు భగవద్ధ్యానయోగరసాయనంబున మాపికొందు'' ననిన విని ధ్రువునికి నారదుం డిట్లనియె.

అర్థ. నిజ = తనదైన; ధర్మ = ధర్మముచేత; పరిశోభితంబు, ఐన = ప్రకాశించునట్టి; ఏకాగ్ర, చిత్తంబునన్ = ఒక్కలక్ష్యమునందే నిలిపిన మనస్సునందు; నిలిపి = ఉంచి; సేవింపుము = కొలువుము; అమ్మహాత్ముని కంటెన్ = ఆపరమపురుషుఁడగుశ్రీహరికంటెను, నీదుఃఖంబు, అపనయించువాఁడు = నీదుఃఖమును తొలఁగింపఁగలవాఁడు; అన్యుఁడు, ఒక్కరుండు, కలండె = ఇతరుఁడొక్కఁడైనను గలఁడా? అని, పల్కినన్ = అనిచెప్పఁగా; పరమార్థ, ప్రాప్తి, హేతుకంబులు, ఐన = అన్నిటికంటెను శ్రేష్ఠవస్తువును పొందుటకు కారణములైన; తల్లివాక్యంబులు, విని = తల్లిచెప్పినమాటలు విని; తన్నుదాన నియమించుకొని = తనకుఁదానే తపస్సుచేయవలెనని నిశ్చయించుకొని, పురంబు, వెడలి, చను, అవసరంబునన్ = నగరము వదలవెళ్లువప్పుడు; నారదుండు = నారదమహర్షి తత్, వృత్తాంతంబు ఎఱింగి = ఆసంగతిని తెలిసికొని; అచ్చటికిన్, చనుదెంచి = అచ్చటికివచ్చి, అతని చికీర్షితంబు తెలిసికొని = అతనికోరిక తెలిసికొని పాపనాశకరంబైన = పాపములను నశింపఁజేయునట్టి; కరతలంబునన్ = చేతితో; ఆ, ధ్రువుని, శిరంబు, అంటి = ఆధ్రువునితలను ముట్టి; మానభంగమునకు = మానముపోవుటకు; సహింపని = ఓర్వలేని; క్షత్త్రియుల ప్రభావంబు = క్షత్త్రియుల మహిమ; అద్భుతంబుగదా = ఆశ్చర్యకరముగాదా; బాలకుండు, అయ్యును = పిల్లవాఁడైనను; సవతల్లి, ఆడిన దురుక్తులు = సవతితల్లిపలికిన దుర్భాషలను; చిత్తంబునన్, పట్టి = మనస్సునందుంచుకొని; చనుచున్నవాఁడు, అని = ఈతఁడు తపస్సు చేయఁబోవుచున్నాఁడని; మనంబునన్, ఆశ్చర్యంబునన్, ఒంది = మనస్సులో ఆశ్చర్యమునుపొంది; ఓబాలక = ఓకుఱ్ఱవాఁడ; సకల, సంపత్, సమృద్ధంబు, అగు = సకలసంపదలచేతనిండియున్న, మందిరంబున్, తెగడి = యింటినివదలి, ఒంటిన్ = ఒక్కఁడవే, ఏదుక్, ఏగవు = ఎక్కడికిపోయెదవు? స్వజన కృతంబు, అగు = స్వబంధువులచేత చేయఁబడిన, అవమానంబు చేసిన = అవమానముచేత, నిన్ను = నిన్ను, సం

తప్తున్, కాన్ = పరితపించుచున్నవానినిగా; తలంచెదన్ = తలంచుచు, న్నాను; అనినన్ = అనఁగా. ధ్రువుండు, ఇట్లు, అని యెన్ = ధ్రువుం డిట్లు పలికెను; సపత్నీ మాతృ, వాక్, ఇషు, క్షతంబు, అగు = సవతితల్లి; మాటలనెడి బాణములచేఁగొట్టఁబడిన; వ్రణంబున్ = పుండును; భగవత్ ధ్యాన, యోగ, రసాయనంబునన్ = భగవంతుని ధ్యానమునందు చేర్పబడినమనస్సనెడు ఔషధముచేఁ; మాన్పుకొందున్ = పోఁగొట్టుకొందును అనినన్, విని = అని పలుకఁగా విని; ధ్రువునికి, నారదుండు, ఇట్లు, అని యెన్ = ధ్రువునితో నారదుఁడిట్లు పలికెను.

తా. ఆశ్రితపాలిని ఏకాగ్రచిత్తముతో సేవించినయెడల నాతఁడు నీదుఃఖమును బోఁగొట్టును. అట్లుచేయఁగలవాఁడు మఱియొకఁడు లేఁడు. అని చెప్పఁగావిని ధ్రువుఁడు పురము విడిచి పోవునప్పుడు నారదుఁడతని కెదురై యాతఁడు చేయనెంచినపనిని గ్రహించి, ఆతనిశిరస్సుమీఁద తనచేతినుంచి, ఆతనిప్రభావంబునకు ఆశ్చర్యమునొంది, ఆతనితో "బాలకా,. నీగృహమున సకలసంపదలు నున్నవిగదా ఇల్లువిడచి ఒంటరిగా ఎక్కడికివెళ్ళుచున్నావు? నీవారెవరైన నిన్ను మాటలాడియుందురు," అనఁగాధ్రువుఁడు "సవతితల్లిమాటలచె కొట్టఁబడినదై నామనస్సు బాధనొందుచున్నది. దానిని భగవద్ధ్యానమను ఔషధముచేత పోఁగొట్టఁ దలంచితిని," అని చెప్పఁగా విని నారదుఁడు ధ్రువునితో నిట్లనెను.

క. విను పుత్త్రక! బాలుఁడవై
యనయంబును గ్రీడలందు • నాసక్తమనం
బునఁ దిరిగెదు నిక్కాలం
బున నీకవమానమాన • ములు లేవెందున్. 22

అర్థ. పుత్త్రక = కుఱ్ఱవాఁడా! విను = వినుము; బాలుఁడవై = చిన్నవాఁడవై; అనయంబును = ఎల్లప్పుడును; క్రీడలందు = ఆటలలో; ఆసక్త = తగులుకొనిన; మనంబునన్ = మనస్సుతో; తిరిగెడి = తిరుగ

వలసిన; ఈకాలంబునన్ = ఈవచ్చుచున్నదాను; నీకు = నీకు; అవమాన మానములు = మానము, అవమానము అనునవి ; ఎందున్, లేవు = ఎప్పుడును ఉండఁగూడదు.

తా. బాలుఁడా! నీవచ్చుచున్న ఆటలాడుకొనుచుండవలసినదే గాని నీకు మానావమానములతోఁ బనిలేదు.

తే. గీ. కాన మానమునఁ దద్వివే • కంబు నీకుఁ
గలిగెనేనియుఁ సంతోష • కలితులయిన
పురుషు లాత్మీయకర్మ వి • స్ఫురణఁ జేసి
వితత సుఖదుఃఖములనుభ • వింతు రెపుడు. 23

అర్థ. కానన్ = అందుచేత; మనమునన్ = మనస్సులో; తద్, వివేకంబు = ఆమానావమానముల భేదము; నీకున్, కలిగెనేనియున్ = నీకుకలిగినట్టయితే; సంతోష, కలితులు, అయిన = సంతోషముంబొందినట్టి; పురుషులు = జనులు; ఆత్మీయ = తమయొక్క; కర్మ, విస్ఫురణన్, చేసి = సుకృత దుష్కృతములను కర్మలఫలముగా; వితత = విస్తారమైన; సుఖదుఃఖములు = సుఖములను దుఃఖములను; ఎపుడున్ = ఎల్లప్పుడును; అనుభవింతురు = పొందుదురు.

తా. నీవు మానావమానములను వివేకము కలిగినయెడల చెప్పెదను వినుము. సంతోషములనుపొందిన పురుషులు తమకర్మలకు ఫలముగా సుఖదుఃఖముల ననుభవించుచుందురు.

వ. కావున వివేకంబుగల పురుషుండు దనకుం బ్రాప్తంబులగు సుఖదుఃఖంబులు దైవవశంబులుగాఁ దలంచి తావన్మాత్రంబునం బరితుష్టుండగు నీవును దల్లిచెప్పిన యోగమార్గప్రకారంబున సర్వేశ్వరానుగ్రహంబునం బొందెద నంటివేని. 24

అర్థ. కావునన్ = అందుచేత; వివేకంబు, కల, పురుషుండు = సదసద్వివేకముగలవాఁడు; తనకున్ = తనకు; ప్రాప్తంబులు, అగు = సంభవించునట్టి, సుఖదుఃఖంబులు = సుఖము, దుఃఖము అనునవి; దైవ, వశంబులు; కాన్ = దైవాధీనములని; తలంచి = ఎంచి; తావత్, మాత్రంబునన్ = ఆసమయమునకుమాత్రమే; పరితుష్టుండు, అగున్ = సంతోషించినవాఁడగును - నీవును = నీవుకూడ; తల్లి, చెప్పిన, యోగమార్గ ప్రకారంబునన్ = నీతల్లియుపదేశించిన యోగమార్గము ననుసరించి; సర్వేశ్వరఅనుగ్రహంబునన్, పొందెదను, అంటివి, ఏనిన్ = సర్వేశ్వరుని అనుగ్రహమును పొందెదనని తలంచినయెడల.

తా. తనకుసంభవించిన సుఖదుఃఖములు దైవవశమున గలిగినవని యెంచి ఆసమయమునకు మాత్రముసంతోషించువాఁడే వివేకి యనఁబడును. నీవు నీతల్లి యుపదేశప్రకారముగా సర్వేశ్వరునిధ్యానించి, అతనిదయను సంపాదించెదనని తలంచినయెడల [ముందుపద్యముతో నన్వయము.]

సీ. అనఘాత్మ యోగీంద్రు ♦ లనయంబు ధరఁ బెక్కు
జన్మంబులందు ని ♦ స్సంగమైన
మతిఁ బ్రయోగ సమాధి నిష్ఠలఁ జేసి
యైనను దెలియలే ♦ రతనిమార్గ
మదిగాన నతఁడు దు ♦ రారాధ్యుఁడగు నీవు
నుడుగుము నిష్ఫలో ♦ ద్యోగ మిపుడు
గాక నిశ్శ్రేయస ♦ కాముఁడ వగుదేనిఁ
దండ్రి వర్తించు త ♦ త్కాలమందుఁ
బూని సుఖదుఃఖములు రెంటి ♦ లోన నెద్ది
దైవవశమునఁ జేకుఱు ♦ దానఁ జేసి

డెందమునఁ జాల సంతుష్టి * నొందువాఁడు
విమలవిజ్ఞాని యన ధర * వెలయుచుండు

అర్థ॥ అనఘ ఆత్మ = పాపములేనివాఁడా! యోగ, ఇంద్రులు = గొప్పయోగులు ; అనయంబున్ = ఎల్లప్పుడును; ధరన్ = భూమియందు; పెక్కు, జన్మంబులందు = అనేకజన్మములలో; నిస్సంగము, ఐన, మతిని = ఫలములను కోరనికర్మలచేయుట యందాసక్తికలవారై; పరియోగ = కర్మలను చేయుట; సమాధి = ఈశ్వరునియందుమనస్సును నిల్పుట; నిష్ఠలఁజేసి, ఐన = తదేకధ్యానముచేయుట మొదలగునవి చేసినప్పటికిని; అతని, మార్గము = ఈశ్వరునిదర్శనము ; తెలియలేరు = తెలిసికొనలేరు; అదిగాన = అందుచేత ; అతఁడు ; దురారాధ్యుఁడు, అగుటన్ = అతనిని సేవారాధించుట కష్టముగును ; నీవును = నీవు ; ఇపుడు = ఇప్పుడు ; నిష్ఫల, ఉద్యోగము = ఫలరహితమైన ప్రయత్నమును; ఉపాసము = మానుము; కాక = అట్లుచేయక ; నిశ్శ్రేయస కాముఁడవు, అగుదు ఏనిన్ = మోక్షమును కోరినవాఁడవయినయెడల ; తండ్రి = నీతండ్రియైనయుత్తానపాదుఁడు ; వర్తించు = బ్రతికియున్న ; తత్, కాలమందు = ఆకాలమున; పూని = శ్రద్ధతో ; సుఖ, దుఃఖములు, రెంటిలోనన్ = సుఖము, దుఃఖము అనురెండింటిలోను ; ఎద్ది = ఏది ; దైవవశమునను, చేకుఱున్ = దైవవశమున ఏది ప్రాప్తించునో ; దానన్, చేసి = దానితో ; డెందమునన్ = మనస్సులో; చాలన్, సంతుష్టిన్ ఒందువాఁడు = ఎక్కువగా సంతోషించువాఁడు ; విమల, విజ్ఞాని, అనన్ = స్వచ్ఛమైన జ్ఞానముకలవాఁడని ధరన్ = భూమియందు ; వెలయుచుండున్ = ఒప్పుచుండును

తా. ఓయీ పాపరహితుఁడవైన ధ్రువుఁడా ! మహాయోగీశ్వరులైనను యజ్ఞ, ధ్యాన, నిష్ఠలచేత పెక్కుజన్మములలోనైనను ఈశ్వరుని తెలిసికొనలేరు. కావున నీవాతనిఁదెలిసికొని భజింపలేవు. నీప్రయత్నమును విడువుము. నీకు మోక్షము కావలసినయెడల నీతండ్రి బ్రతికియున్నంత కాలము నీకు దైవవశమునఁ గలుగు సుఖదుఃఖములను యథాప్రాప్తముగా

అనుభవించుచు సంతోషము పొందియుండును. అట్టి శుభాలబ్ధ సంతుష్టుఁడయినవాఁడు జ్ఞానియని చెప్పఁబడును.

వ. మఱియు గుణాఢ్యుండగువానిం జూచి సంతోషించుచు
నాభాసుండగువానిం జూచి కరుణించుచు సమానుని
యెడ మైత్రిసలుపుచు వర్తించు చున్నవాఁడు తాపత్ర
యాదికంబులం దొఱంగునని నారదుండు పలికినవిని
ధ్రువుం డిట్లనియె «వనఘా యీశమంబు సుఖదుఃఖ
హతాత్ములగు పురుషులకు దుర్గమంబని కృపాయుక్తుండ
వైన నీచేత వినంబడె నట్లయినం బరభయంకరంబగు
క్షాత్రస్వభావంబు నొందిన యవినీతుండనగు నేను
సురుచి దురుక్తిబాణ నిర్భిన్నహృదయుండ నగుట మదీయ
చిత్తంబున శాంతి నిలువదు కావునం ద్రిభువనో
త్కృష్టంబు ననన్యాధిష్ఠితంబు నగు పదంబునం బొంద
నిశ్చయించిన నాకు సాధుమార్గంబు నెఱిఁగింపుము నీవు
భగవంతుండగు నజుని యూరువువలన జనించి వీణావా
దన కుశలుండవై జగద్ధితార్థంబు సూర్యుండునుంబోలె
వర్తింతు వనిన విని. 26

అర్థ. మఱియున్ = ఇంకను ; గుణ, ఆఢ్యుండు, అగు, వానిన్ = సద్గుణములుగలవానిని; చూచి = చూచి; సంతోషించుచు = సంతోషమును పొందుచు ; ఆభాసుండు, అగు వానిన్ = దుర్గుణములుగలవానిని; చూచి = చూచి; కరుణించుచున్ = దయచూపుచు; సమానునియెడన్ = తనతో సమానుఁడయిన వానిపట్ల; మైత్రిసలుపుచు = స్నేహము చేయుచు ; వర్తించుచు, ఉన్నవాఁడు = ప్రవర్తించువాఁడు ; తాపత్రియ, ఆదికంబులన్

= ఆదిభూత, అధిదైవ, ఆధ్యాత్మసంబంధంబు లయిన తాపములను; తొలంగున్ = విడచును ; అని = అని ; నారదుండు = నారదుఁడు; పలికినన్ = చెప్పఁగా ; విని = విని ; ధ్రువుండు, ఇట్లు, అనియెన్ = ధ్రువుఁడిట్లు చెప్పెను ; అనఘా = పాపరహితుఁడవైన నారదుఁడా; ఈశమంబు = ఈశాన్తి అనగా సుఖదుఃఖముల నొక్కరీతిగా చూచుకొనుట ; సుఖ, దుఃఖ, హత, ఆత్ములు, అగు, పుంసులకు = సుఖదుఃఖప్రాప్తిచేత చలనము పొందిన మనస్సుగల మనుష్యులకు; దుర్గమంబు, అని = పొందశక్యముకాదని ; కృపా, ఆయత్తుండవు అయిన, నిచేతన్ = కృపతో కూడియున్న నిచేత ; వినంబడెన్ = చెప్పబడినది; అట్లు, అయినన్ = అట్లయినయెడల ; పరభయంకరంబు అగు = శత్రువులకు భయముగొల్పెడు ; క్షాత్రస్వభావంబునన్ = క్షత్రియస్వభావమును ; పొందిన = పొందినట్టి; అవినీతుండను, అగు, నేను, = వినయములేని నేను; సురుచి దురుక్తి, బాణ, నిర్భిన్న హృదయుండను. అగుటన్ = సురుచి యాడిన కఠినవాక్యములను బాణములచే పగులగొట్టఁబడిన హృదయము కలవాఁడనగుటచేత; మదీయచిత్తంబునన్ = నామనస్సునందు; శాంతి, నిలవదు = శాంతికుదురుకొనదు ; కావునన్ = అందుచేత ; త్రిభువన ఉత్కృష్టంబును = మూడులోకములలోను శ్రేష్ఠమయినదియు ; అనన్య, అధిష్ఠితంబును = ఇతరులచే పొందబడనట్టియు ; అగు = అయిన; పదంబునన్ =, పొందన = స్థానమును పొందుటకు ; ఇచ్ఛయించిన = కోరిన; నాకు = నాకు ; సాధు మార్గంబును = మంచిమార్గమును ; ఎఱిగింపుము = తెలుపుము ; నీవు = నీవు; భగవంతుండు. అగు = ఈశ్వరుఁడైన; అజుని = బ్రహ్మయొక్క; ఊరువు వలనన్ = తొడనుండి ; జనించి = పుట్టి; వీణావాదన కౌశలుండవు, ఐ = వీణవాయించుటయందు నేర్పరివై ; జగత్, హిత, అర్థంబు = లోకములమేలుకొఱకు; సూర్యుండునుఁ బోలెన్ = సూర్యునివలె; వర్తింతువు, అనినన్, విని = తిరుగుచుందువు అని పలుకఁగా విని; (ముందుపద్యముతో అన్వయము.)

తా. గుణవంతునిఁజూచి సంతోషించుచు, దుర్గుణునిఁజూచి దయ చూపుచు, సమానునితో స్నేహముఁజేయుచు జీవితముగడపువాఁడు తాపత్రయములను విడుచునని నారదుఁడు చెప్పఁగా విని ధ్రువుఁడు "ఆర్యా, సుఖదుఃఖములచే సంచలనముపొందిన మనస్సునకు శాంతిలేదని నీవు చెప్పితివి. నాకు శత్రుభీతికరంబైన క్షాత్రస్వభావము కుదురుకొన్నది. నేను నా మనస్సును నిలువఁజాలను. కనుక మూఁడులోకములలోను శ్రేష్ఠమును, ఇతరులచే పొందఁబడనట్టియు స్థానమును పొందఁగోరిన నాకు దానిని పొందఁదగు మార్గమును తెలుపుము. నీవు బ్రహ్మకుమారుఁడవు. వీణను వాయించుటయందు నేర్పరివి. సూర్యుఁడు సర్వలోకహితార్థమై యెట్లు సంచరించుచుండునో నీవును అట్లే లోకములందు సంచరించుచుందువు" అని పలుకఁగా విని. [ముందు పద్యముతో అన్వయము.]

క. నారదుఁ డిట్లను ననఘ కు
మారక విను నిన్ను మోక్ష * మార్గంబునకుం
బ్రేరేచినవాఁ డిప్పుడు
ధీరజనోత్తముఁడు వాసు * దేవుం డగుటన్. 27

అర్థ. నారదుఁడు, ఇట్లు, అనెన్ = నారదుఁ డిట్లనుచున్నాఁడు; అనఘ, కుమారక = పాపములేనివాఁడా; కుమారా; విను = వినుము; నిన్ను = నిన్ను; మోక్షమార్గంబునకున్ = మోక్షమును పొందుటకు; ప్రేరేచినవాఁడు = ప్రేరేపించినవాఁడు, ఇపుడు = ఇప్పుడు; ధీరజన ఉత్తముఁడు = ధైర్యముగల జనులలో శ్రేష్ఠుఁడైన; వాసుదేవుండు, అగుటన్; విష్ణుమూర్తి. అగుటచేత (ముందుపద్యముతో అన్వయము)

తా. నారదుఁ డిట్లనుచున్నాఁడు, "పాపరహితా, కుమారా, వినుము, నిన్నిప్పుడు మోక్షముపొంద ప్రేరేపించినవాఁడు విష్ణుమూర్తి యగుటచేత. [ముందుపద్యముతో అన్వయము]

వ. నీవు సర్వోత్కృష్టుని పరధ్యానప్రవణ చిత్తుండవై భజియింపుము 28

అర్థ. నీవును = నీవును; ఆ, మహాత్మునిన్ = ఆపరమపురుషుని; పద, ధ్యాన, పరిణత చిత్తుండవు, ఐ = పాదధ్యానమునం దాసక్తి పొందినమనస్సుకలవాఁడవై ; భజియింపుము = కొలువుము,

తా. నీ వాతని పాదధ్యానమునందు మనస్సునిలిపి సేవింపుము.

క. పురుషుఁడు దవిలి చతుర్విధ
పురుషార్థశ్రేయ మాత్మఁ * బొందెద ననినన్
భువిఁ దత్ప్రాప్తికి హేతువు
హరిపదయుగళంబు దక్క * నన్యము గలదే. 29

అర్థ. పురుషుఁడు = మనుష్యుఁడు; తవిలి = కోరికతో; చతుర్విధ, పురుషార్థ = ధర్మార్థకామమోక్షము లనఁగలుగు, శ్రేయము = శ్రేయస్సు ఆత్మన్ = మనస్సునం; పొందెదన్, అనినన్ = పొందెద నన్నయెడల; భువిన్ = భూమియందు; తత్, ప్రాప్తికిన్ = దానిని పొందుటకు, హేతువు = సాధనము, హరి, పద, యుగళంబు తక్కన్ = శ్రీహరిపాదపద్మములజంట తప్ప; అన్యము = ఇతరము; కలదే = కలదా ?

తా. మనుష్యుఁడు ధర్మార్థకామమోక్షములఫలమును పొందఁగోరినయెడల శ్రీహరి పాదపద్మములను సేవించుటకంటె మఱియొక సాధనము లేదు.

వ. కావున

అర్థ. కావునన్ = కాఁబట్టి.

క. వర యమునానదితటమున
హరిసాన్నిధ్యంబు శుచియు * నతిపుణ్యమునై
పరఁగిన మధువనమనఁ గను
సరసగుణాచనము మేలు * సమకూఱు నచటన్. 31

అర్థ. వర = శ్రేష్ఠమైన; యమునానది, తటమునన్ = యమునయను నది యొడ్డున; హరి, సాన్నిధ్యంబు = విష్ణుమూర్తికి చేరువయు; శుచియు =

పవిత్రము; అతిపుణ్యములును, ఐ = మిక్కిలిపుణ్యవంతములై; పరఁగిన = ఒప్పిన; మధువనమునకును = మధువనమను అడవికి; సరసగుణా = మంచి గుణములుగల ధ్రువుఁడా; చనుము = వెళ్లుము, అచటన్ = అచ్చట, మేలు, సమకుఱున్ = మేలుకలుగును.

తా. ధ్రువుఁడా, నీవు యమునానది ఒడ్డున హరికిసమీపమును, పవిత్రమును, పుణ్యవంతమునైన మధువనమునకు పొమ్ము అచ్చట నీకు మేలు కలుగును.

క. ఆ యమునాతటినీ శుభ
తోయములం గ్రుంకి నిష్ఠ • తో నచ్చట నా
రాయణునకును నమస్కృతు
లాయతమతిఁ జేసి చేయు • యమనియమములన్ 32

అర్థ. ఆ, యమునాతటినీ శుభతోయములన్ = ఆ యమునానది పవిత్రజలమందు; గ్రుంకి = మునిగి; నిష్ఠతోన్ = శ్రద్ధతో; అచ్చటన్ = అక్కడ; నారాయణునకున్ = విష్ణుమూర్తికి; నమస్కృతుల్ = నమస్కారములు; ఆయతమతిన్, చేసి = స్వాధీనముందుంచఁబడిన మనస్సుతో చేసి; యమనియమములన్ = యమ, నియమ, ప్రాణాయామ, ప్రత్యాహార, ధ్యాన, ధారణ మనన, సమాధులను అష్టాంగయోగములతో; చేయుము = చేయుము.

తా. ఆ యమునానది పవిత్రజలములందు స్నానముచేసి, అచ్చట నారాయణునకు నమస్కరించి, యోగధ్యానము చేయుము.

వ. మఱియుఁ బౌలుండవగుటం జేసి వేదాధ్యయనాద్యుచిత కర్మానుష్ఠాండ వయ్యు నుచితంబులగు కుశాజినంబులం జేసి స్వస్తిక ప్రముఖాసనంబులం గల్పించికొని త్రివృత్ప్రాణాయామంబులం చేతం బ్రాణేంద్రియమనోమలంబులను

చాంచల్యదోషంబులఁ బ్రత్యాహరించి స్థిరంబయిన చిత్తం
బున. 33

అర్థ. మతియు = ఇంకను; బాలుండవు, అగుటంజేసి = చిన్నవాఁడవగుటచేత; వేద, అధ్యయన, ఆది, ఉచిత, కర్మ, అనర్హుండవు, అయ్యున్ = వేదాధ్యయనము మొదలగు కర్మలను చేయుటకు నీకధికారము లేకున్నను; ఉచితంబులు అగు = నీకు తగినట్టి; కుశ, అజినంబులన్, చేసి = దర్భలు, జింకచర్మములు మొదలయినవానితో; స్వస్తిక, ప్రముఖ ఆసనంబులన్ = స్వస్తిక మొదలగు ఆసనంబులను; కల్పించికొని = వైచికొని; త్రివృత్; ప్రాణాయామంబుల చేతన్ = మూడువిధములైన కుంభక, పూరక, రేచకరూపమైన ప్రాణాయామములతో; ప్రాణ, ఇంద్రియ, మనః, మయంబులన్ = ప్రాణమునకును, ఇంద్రియములకును, మనస్సునకును సంబంధించిన; చాంచల్యదోషంబులన్ = చంచలత్వమను దోషములను; ప్రత్యాహరించి = విడిచిపెట్టి, స్థిరంబయిన, చిత్తంబునన్ = ఏకాగ్రచిత్తముతో, (ముందుపద్యముతో అన్వయము)

తా. నీవు బాలుఁడవు. కావున నీవు వేదాధ్యయనాది కర్మలఁ జేయుట కర్హుఁడవు కావు. అయినను నీకు తగునట్లు దర్భలను జింకచర్మములను కల్పించుకొని అందుపై యోగాసనమును వైచికొని, ప్రాణాయామము సేయుచు, ప్రాణేంద్రియమనస్సులకు సంబంధించిన దోషములను పరిహరించి ఏకాగ్రచిత్తముతో, [ముందుపద్యముతో నన్వయము]

సీ. ఆశ్రితసత్ప్రసా • దాభిముఖుండును
నిద్ధప్రసన్నాన • నేక్షణుండు
సురుచిరనాసుండు • సుభ్రూయుగుండును
సుకపోలతలుఁడును • సుందరుండు
హారినీలసంశోభి • తాంగుండుఁ దరుణుండు
సకరుణావలోకనో • స్థాధరుండుఁ

కరుణాసముద్రుండుఁ • బురుషార్థనిధియును
ప్రణతాశ్రయుండు శో • భనకరుండు
తే. లలిత శ్రీవత్సలక్షణలక్షితుండు
సర్వలోకశరణ్యుండు • సర్వసాక్షి
పురుషలక్షణయుక్తుండుఁ • బుణ్యశాలి
యసితమేఘనిభశ్యాముఁ • డవ్యయుండు. 34

అర్థ. ఆశ్రిత = ఆశ్రయించినవారికి; సత్, ప్రసాద, అభిముఖుండును = మంచి వరము లిచ్చుటకు సిద్ధముగనున్నవాఁడును; ఇద్ధ, ప్రసన్న, ఆనన, ఈక్షణుండు = స్తుతింపఁదగిన ప్రసన్నతతోఁగూడిన ముఖమును చూపునుగలవాఁడును; సు, రుచిర, నాసుండు = మనోహరమైనముక్కుగలవాఁడును; సు, భ్రూ, యుగుండును = చక్కని రెండుకనుబొమలు కలవాఁడును; సు, కపోల, తలుండును = మంచినుదుటిభాగముగలవాఁడును; సుందరుండు = చక్కనివాఁడును: నారికేల సంశోభిత, అంగుండు = ఇంద్రనీలమణులవలె కాంతిగల శరీరముగలవాఁడును; తరుణుండు = యౌవనవంతుఁడును; అరుణ, అవలోకన, ఓష్ఠ, అధరుండు = ఎఱ్ఱని చూపులును, పెదవులునుగలవాఁడును; కరుణాసముద్రుండు = కరుణకు సముద్రమువంటివాఁడును; పురుషార్థనిధియును = ధర్మార్థకామమోక్షములను ఆటపట్టయినవాఁడును; ప్రణత, ఆశ్రయుండు = తన్ను నమస్కరించువారికి ఆశ్రయమైనవాఁడును; శోభనకరుండు = కల్యాణములు కలుగఁజేయువాఁడును; లలిత = సుందరమైన; శ్రీవత్స, లక్షణ, లక్షితుండు = శ్రీవత్సమను వాంఛనముతో నొప్పువాఁడును; సర్వలోక, శరణ్యుండు = సర్వలోకములకు శరణుచొరఁదగినవాఁడును; సర్వసాక్షి = సమస్తమును చూచుచున్నవాఁడును, పురుషలక్షణ, యుక్తుండు = మహాపురుషలక్షణములుగలవాఁడును; పుణ్యశాలి = పుణ్యవంతుఁడును ; అసిత,

వేంము, నిభ శ్యాముఁడు = నల్లనిమేఘమువలె శ్యామవర్ణముగలవాఁడును; అవ్యయుండు = నాశనములేనివాఁడును. (ముందుపద్యముతో నన్వయము)

తా. ఆశ్రితుల కభిముఖుఁడై ఉన్నవాఁడును, ప్రసన్నమైన ముఖమును చూపులును గలవాఁడును, మంచిముక్కును, కనుబొమలును, గలవాఁడును, మంచి నుదురు గలవాఁడును, చక్కనివాఁడును, ఇంద్రనీలకాంతిగల శరీరము గలవాఁడును, యౌవనస్థుఁడును ఎఱ్ఱని చూపులును పెదవులును గలవాఁడును, కరుణాసముద్రుఁడును, చతుర్విధపురుషార్థములకు తావైనవాఁడును, తన్ను, నమస్కరించువారికి ఆశ్రయుఁడును, కళ్యాణకరుఁడును, శ్రీవత్సలాంఛనుఁడును, సర్వలోకశరణ్యుఁడును, సర్వసాక్షియు, మహాపురుషలక్షణములు గలవాఁడును పుణ్యవంతుఁడును, నీలమేఘశ్యాముఁడును; నాశనములేనివాఁడును. (ముందుపద్యముతో నన్వయము)

వ. మఱియును

అర్థ. మఱియును = ఇంకను.

సీ. హారకిరీటకే • యూరకంకణ ఘన
            భూషణుం డాశ్రిత • పోషణుండు
    లాలితకాంచీక • లాపశోభితకటి
            మండలుం డంచిత • కుండలుండు
    మహనీయకౌస్తుభ * మణికీలితాచ్ఛగ్రై
            వేయకుం డానంద • దాయకుండు
    సలలిత ఘనశంఖ • చక్రగదా పద్మ
            హస్తుండు భువనప్ర • శస్తుఁడజుఁడు
    గమ్రసౌరభ వనమాలి • కాధరుండు
    హతవిమోహుండు సవ్య పీ • తాంబరుండు

లలితకాంచన నూపురా • లంకృతుండు
నిరతిశయ సద్గుణుండు దర్శ • నీయతముండు 36

అర్థ. హార, కిరీట కేయూర, కంకణ, ఘన, భూషణుండు = హారములు, కిరీటము, భుజకీర్తులు, కంకణములు మొదలగు గొప్ప అలంకారములను ధరించినవాఁడును; ఆశ్రితపోషణుండు = ఆశ్రితులను పోషించువాఁడును, లాలిత, కాంచీకలాప, శోభిత, కటిమండలుండు = చక్కని మొలనూలితో ఒప్పుచున్న కటిప్రదేశముగలవాఁడును; అంచిత, కుండలుండు = చక్కని కుండలములు గలవాఁడును; మహనీయ, కౌస్తుభమణి కలిత, అచ్ఛ, గ్రైవేయకుండు = గొప్పదయిన కౌస్తుభమణి తాఁకిన చక్కని కంఠహారములు గలవాఁడు; సలలిత, ఘన, శంఖ చక్ర, గదా, పద్మ; హస్తుండు = చక్కని శంఖము, చక్రము, గద, పద్మము అనువానిని చేతియందు ధరించినవాఁడును భువనప్రశస్తుఁడు = లోకములందెల్ల శ్రేష్ఠుఁడును; అజుఁడు = పుట్టువులేనివాఁడును; కలిత, సౌరభ, వనమాలికా, ధరుండు = కమ్మని వాసనగల వనమాలికలను ధరించినవాఁడును; హత, విమోహుండు = మోహములేనివాఁడును, నవ్య, పీతాంబరుండు = క్రొత్తదయిన పీతాంబరమును ధరించినవాఁడును; లలిత, కాంచన, నూపుర, అలంకృతుండు = చక్కని బంగారపు అందెలచేత అలంకరింపఁబడినవాఁడును; నిరతిశయ, సద్గుణుఁడు = సాటిలేని సద్గుణములు గలవాఁడును ; దర్శనీయతముఁడు = చూడచక్కనివాఁడును, (ముందు పద్యముతో అన్వయము.)

తా. స్పష్టము.

క. సగసనునోలోచనము
త్కరుఁడు సుహృత్పద్మకర్ణి • కానివసితవి
స్ఫురదురునఖమణిశోభిత
చరణసరోజాతుఁ డతుల • శాంతుఁడు ఘనుఁడున్. 37

అర్థ. సరస, మనోలోచన, ముత్, కరుఁడు = రసికత్వముగల మనస్సను కంటికి సంతోషము గలిగించువాఁడును; సుహృత్, పద్మ = స్నేహితుఁడను పద్మములోని; కర్ణికా = దుద్దులో; నివసిత = నివాసము చేయుచున్న; విస్ఫురత్, ఉరు, నఖమణి = ప్రకాశించు పెద్దగోళ్లను మణులచేత; శోభిత = ప్రకాశింపఁజేయఁబడిన; చరణ సరోజాతుఁడు = పాదపద్మములుగలవాఁడును; అతుల, కాంతుఁడు = సాటిలేని కాంతము గలవాఁడును, ఘనుఁడును = గొప్పవాఁడును; (ముందుపద్యముతో అన్వయము.)

తా. మనస్సునకు సంతోషము కలిగించువాఁడును, తనకు స్నేహితులయినవారిచేత నమస్కరింపఁబడు పాదపద్మములుగలవాఁడును మిక్కిలి కాంతుఁడును, గొప్పవాఁడును-[ముందుపద్యముతో అన్వయము.]

వ. అయిన పురుషోత్తముం బూజించుచు హృదయగతుం
డును, సానురాగవిలోకనుండును, వరదశ్రేష్ఠుండును
నగు నారాయణు నేకాగ్రచిత్తంబునం ధ్యానంబు సేయు
చుఁ బరమనివృత్తిమార్గంబున ధ్యానంబు సేయంబడ్డ
పురుషోత్తముని దివ్యమంగళస్వరూపంబు చిత్తంబునం
దగిలిన మరల మగుడ నేరదదియునుం గాక యేమంత్రం
బేని సప్తవాసరంబులు పఠియించిన ఖేచరులం గనుంగొను
సామర్థ్యంబు గలుగునట్టి ప్రణవయుక్తం బగు ద్వాదశా
క్షరకలితంబును దేశకాలవిభాగవేది యగు బుధానుష్ఠి
తంబును నయిన వాసుదేవమంత్రంబునం జేసి 38

అర్థ. అయినపురుషోత్తమున = అయినట్టి పురుషశ్రేష్ఠుని; పూజించుచు = పూజచేయుచు ; హృదయగతుండును = హృదయమునందుండు వాఁడును, సానురాగవిలోకనుండును = అనురాగముతోఁ గూడిన చూపు

బగిలవాఁడును; వరదశ్రేష్ఠుండును = వరములనిచ్చువారిలో నుత్తముఁడును, అగు = అయిన; నారాయణునన్ = శ్రీమహావిష్ణువును ; ఏకాగ్రచిత్తంబునన్ = నిలుకడయైన మనస్సుతో; ధ్యానంబు, చేయుచున్ = ధ్యానించుచు; పరమ, నివృత్తి, మార్గంబునన్ = గొప్పదయిన మోక్షమార్గమునందు, ధ్యానంబు, చేయంబడ్డ = ధ్యానింపఁబడిన; పురుషోత్తముని, దివ్యమంగళ, స్వరూపంబు = శ్రీమహావిష్ణువుయొక్క కాంతిమంతమయినరూపము ; చిత్తంబునన్ = మనస్సులో ; తగిలినన్ = కుదురుకొన్నయెడల; మఱలన్, మఱడన్, సేరదు = తిరిగిపోఁజాలదు ; అదియునుంగాక = ఇంతేకాక ; ఏమంత్రింబేని = ఏమంత్రమయితే ; సప్తవాసరంబులు, పఠియింపినన్ = ఏడుదినములు జపించినయెడల; ఖేచరులన్, కనుంగొను, సామర్థ్యంబు, కలుగు = దేవతలను కనుఁగొనుశక్తి గలుగునో; అట్టి = అటువంటి; ప్రణవయుక్తంబగు = ఓంకారసహితమైన; ద్వాదశాక్షరకలితంబును = "ఓంనమో భగవతే వాసుదేవాయ" అను పండ్రెండక్షరములతోఁ గూడినదియును, దేశ, కాల, విభాగ, వేది అగు = దేశకాలభేదములను తెలిసికొన్న ; బుధ = ప్రాజ్ఞులచేత, అనుష్ఠితంబును, అయిన = ఆచరింపఁబడునదియును అయిన ; వాసుదేవమంత్రంబునం జేసి = వాసుదేవమంత్రమువలన. [ముందుపద్యముతో అన్వయము.]

తా. స్పష్టము

సీ. దూర్వాంకురంబుల • దూర్వాంకురశ్యాము
జలజంబులను జారు • జలజనయనుఁ
దులసీదళంబులఁ • దులసికాదాముని
మాల్యంబులను సునై • ర్మల్యచరితుఁ
బత్త్రంబులను బక్షి • పత్త్రునిఁ గడు వన్య
మూలంబులను నాద • మూలఘనుని

సంచితభూర్జత్వ • గాదినిర్మితవివి
ధాంబరంబులను బీ • తాంబరునిని
తే. దనరుభక్తిని మృచ్ఛిలా • దారురచిత
రూపములయందుఁ గాని ని • రూఢమైన
సలిలములయందుఁ గాని సు • స్థలములందుఁ
గాని పూజింపవలయు న • క్కమలనాభు. 39

అర్థ. దూర్వాంకురశ్యామున్ = లేఁతపచ్చికవలె శ్యామలవర్ణము గలవానిని; దూర్వాంకురంబులన్ = లేఁతపచ్చికతోడను; చారు, జలజ, నయనున్ = సుందరమైన పద్మములవంటి కన్నులుంగలవానిని; జలజంబులను = పద్మములచేతను; తులసీకాదామునిన్ = తులసీమాలను ధరించినవానిని; తులసీదళంబులన = తులసీదళములచేతను; సు, నైర్మల్య, చరితున్ = మంచి నిర్మలచరిత్రముగలవానిని; మాల్యంబులను = పూలదండలచేతను; పక్షిపత్త్రినిన్ = పక్షివాహనుని; పత్త్రింబులన్ = ఆకులచేతను; ఆదిమూల, ఘనునిన్ = లోకములకన్నింటికిని మూలమైన శ్రేష్ఠుని; కడున్ = మిక్కిలిగా, వన్యమూలంబులను = అడవిదుంపలచేతను; పీతాంబరునిని = పీతాంబరము ధరించినవానిని; సంచిత, భూర్జత్వక్, ఆది, నిర్మిత, వివిధ, అంబరములను = ఒప్పుచున్న, భూర్జపత్త్రములు మొదలగు వానిచే చేయఁబడిన అనేకవిధములగు బట్టలచేతను; తనరు, భక్తిని = ఎక్కువయగు భక్తితో; మృత్, శిలా, దారు, రచిత, రూపములయందు గాని = మట్టి, రాయి, కఱ్ఱ, మొదలయినవానితో చేయఁబడిన ప్రతిమల రూపములఁగాని; నిరూఢమైన, సలిలములయందుఁ, గాని = పవిత్రజలములలోఁగాని; సుస్థలములందున్, గాని = మంచిస్థలములలో గాని; ఆ కమలనాభున్, పూజింపవలయున్ = ఆవిష్ణుమూర్తిని పూజచేయవలెను.

తా. లేఁతపచ్చికవర్ణముగలవానిని లేఁతపచ్చికచేతను పద్మముల, వంటి కన్నులుగలవానిని పద్మములచేతను తులసీహారుని తులసీదళముల

చేతను ; మంచి చరిత్రముగలవానిని పుష్పహారములచేతను, గరుడవాహనుని ఆసలచేతను , జగత్తునకు మూలమైనవానిని అడవిదుంపలచేతను, పీతాంబరధరుని భూర్జపత్రాదులచే చేయఁబడిన బట్టలచేతను మట్టి, శిలలు కఱ్ఱలు మొదలగువానితో చేయఁబడిన ప్రతిమలరూపమునఁగాని, పవిత్రజలమునందుఁగాని మంచిస్థలములందుగాని సేవింపవలెను.

క. ధృతచిత్తుఁడు శాంతుఁడు స
యుతపరిభాషణుఁడు సుమహి • తాచారుఁడు వ
ర్ణితహరిమంగళగుణుఁడును
మితవన్యాశనుఁడు నగుచు • మెలఁగుచు మఱియున్. ౪౦

అర్థ. ధృతచిత్తుఁడు = ధైర్యముగల మనస్సుగలవాఁడును ; శాంతుఁడు = శాంతముగలవాఁడును ; సంయుత, పరిభాషణుఁడు = మితభాషియును ; సుమహిత, ఆచారుఁడు = గొప్ప ఆచారమును పాలించువాఁడును ; వర్ణిత, హరి, మంగళ, గుణుఁడు = హరిసంకీర్తనము చేయు మంగళకరమైన గుణముఁ గలవాఁడును; మిత; వన్య. అశనుఁడు = = అడవిలో పుట్టు దుంపలను మితముగా భుజించువాఁడును; అగుచు = అగుచు; మెలఁగుచున్ = సంచరించుచు; మఱియున్ = ఇంకను.

తా. ధైర్యచిత్తుఁడును శాంతముగలవాఁడును, మితభాషియు, హరిసంకీర్తనము చేయు మంగళగుణముఁ గలవాఁడును, అడవిదుంపలను మితముగా తినువాఁడును, అయిసంచరించుచు ఇంకను- [ముందుపద్యముతో నన్వయము.]

తా. ధైర్యముగలిగి, శాంతుఁడై మితభాషియై, హరిసంకీర్తనము చేయుచు, మితాహారుఁడై సంచరించుచు- [ముందు పద్యముతో అన్వయము.]

వ. ఉత్తమశ్లోకుం డగు పుండరీకాక్షుండు నిజమాయాస్వేచ్ఛావతారచరితంబులచేత నచింత్యంబుగా నట్టి సేయు

నద్దియు హృదయగతంబుగా ధ్యానంబు సేయం దగు మఱియుం గార్యబుద్ధిం జేసి చేయంబడు పూజావిశేషంబులు వాసుదేవమంత్రంబున సర్వేశ్వరునికి సమర్పింపవలయు నిట్లు మనోవాక్కాయకర్మంబులచేత మనోగతం బగునట్లుగా భక్తియుక్తంబులయిన పూజలచేతం బూజింపంబడి సర్వేశ్వరుండు మాయాభిభూతులు గాక సేవించుపురుషులకు ధర్మాదిపురుషార్థంబులలోన నభిమతార్థంబు నిచ్చు విరక్తుం డగువాఁడు నిరంతరభావంబయిన భక్తియోగంబునం జేసి మోక్షంబుకొఱకు భజియించు నని చెప్పిన విని ధ్రువుండు నారదునకుం బ్రదక్షిణపూర్వకంబుగా నమస్కరించి మహర్షిజనసేవ్యంబై సకలసిద్ధుల నొసంగుచు భగవత్పాదసరోజాలంకృతంబైన మధువనమునకుం జనియె నంత 41

అర్థ. ఉత్తమశ్లోకుండు, అగు = మంచికీర్తిగలవాఁడగు; పుండరీక, అక్షుండు = పద్మనేత్రుఁడయిన శ్రీమహావిష్ణువు; నిజ, మాయా, స్వేచ్ఛావతార, చరితంబులచేత = తనమాయవలన పొందుచుండు అవతారములందలి చరిత్రములవలన; అచింత్యంబు గాన్ = ఊహింపశక్యము కానట్లు; ఎద్ది, చేయున్ = ఏది చేయునో; అద్దియు = దానిని; హృదయ, గతంబు గాన్ = హృదయమునందునిలిపి; ధ్యానంబు, చేయందగున్ = ధ్యానింపవలెను; మఱియుం = ఇంకను; కార్యబుద్ధిం జేసి = ఒకకోరిక సిద్ధింపవలెనను ఉద్దేశముతో, చేయంబడు, పూజావిశేషంబులు = చేయఁబడిన వివిధపూజలు; వాసుదేవమంత్రంబునన్ = ఓంనమోభగవతే వాసుదేవాయ అను మంత్రపూర్వకముగా; సర్వేశ్వరునికి = శ్రీమహావిష్ణువునకు, సమర్పింపవలయున్ = సమర్పణ చేయవలెను; ఇట్లు = ఈవిధముగా; మనః,

వాక్, కాయ, కర్మంబులచేతన్ = మనస్సు, మాట శరీరము పని అను వానిచేత ; మనోగతంబు అగునట్లుగాన్ = మనస్సున కుదురుకొనునట్లు; భక్తియుక్తంబులయిన పూజలచేతన్, పూజింపంబడి = భక్తితోఁ గూడిన పూజలచేత ఆరాధింపఁబడి సర్వేశ్వరుండు = శ్రీమహావిష్ణువు; మాయా, అభిఘాతులు, కాక = మాయచేత కొట్టఁబడక; సేవించు, పురుషులకు = కొలుచుజనులకు; ధర్మ, ఆది, పురుషార్థంబులఁగోరన్ = ధర్మార్థకామమోక్షములను పురుషార్థములలో ; అభిమత, అర్థంబున్ = కోరినకోరికను ; ఇచ్చున్ = ఇచ్చును; విరక్తుండు, అగువాఁడు = సంసారమునుండి విరక్తి పొందినవాఁడును; నిరంతర, భావంబు, అయిన = ఎడతెగక నిలచియున్న ; భక్తియోగంబునంజేసి = భక్తిని కలిగియుండి, మోక్షంబుకొఱకున్, భజియించున్ = మోక్షముకొరకు ఆరాధించును ; అని, చెప్పినన్, విని = అని చెప్పఁగా విని; ధ్రువుండు = ధ్రువుఁడు; నారదునకున్ = నారదునకు ; ప్రదక్షిణపూర్వకంబుగాన్ = ముందుగా ప్రదక్షిణము చేసి; నమస్కరించి = నమస్కారము చేసి ; మహాత్మజన, సేవ్యుండై = మహాత్ములచేత సేవింపఁబడి ; సకలసిద్ధులన్ ఒసంగుచున్ = అన్ని సిద్ధులను ఇచ్చును ; భగవత్, పాదసరోజ అలంకృతంబు = భగవంతుని పాదపద్మములచే అలంకరింపఁబడిన ; మధువనంబునకున్, చనియెన్ = మధువనమునకు వెళ్లెను; అంతన్ = ఆపిమ్మట.

తా. స్పష్టము.

తే. పద్మభవసూనుఁ డుత్తాన • పాదుకడకు
నరిగి యా రాజుచే వివి • ధార్చనముల
నంది సంప్రీతుఁడై యుచి • తాసనమున
నెలమిఁ గూర్చుండి యాతని • వలను సూచి 42

అర్థ. పద్మభవ, సూనుఁడు = బ్రహ్మకొడుకయిన నారదుఁడు ; ఉత్తానపాదు, కడకున్ అరిగి = ఉత్తానపాదమహారాజు వద్దకు వెళ్లి, ఆ రాజుచేన్ = ఆ రాజుచేత; వివిధ అర్చనములన్ అనేకపూజలనుపొంది;

ఉచిత, ఆసనమునన్ = తగిన ఆసనమునందు; ఎలమిన్ = సంతోషముతో కూర్చుండి = కూర్చొని; అతని, వదను చూచి = అతనిదిక్కు చూచి

తా. రాజు ఁ మహాత్ముని యొద్దకువెళ్ళి, అతనిచేత పూజలను గొని, ఉచితాసనమునఁ గూర్చుండి ఆరాజుదిక్కు మొగంబై (ముందు పద్యముతో అన్వయము)

వ. ఇట్లనియె. 43

క. భూనాయక నీ విపు డా
మ్లానాస్యుఁడ వగుచుఁ జాల మదిలోఁ జింతం
బూనుట కేమికతం బన
నానారదుతోడ నాతఁ డనియెన్ మరలన్. 44

అర్థ. ఇట్లు, అనియెను = ఈరీతిగా పలికెను.

అర్థ. భూనాయక = రాజా; నీవు, ఇపుడు, ఆమ్లా, ఆస్యుఁడవు, అగుచున్ = నీవిప్పుడు వాడిన మొగముగలవాఁడవై; చాలన్ = ఎక్కువగా; మదిలోన్ = మనస్సునందు; చింతన్, పూనుటకు = విచారించుటకు, ఏమి, కతంబు, అనన్ = కారణమేమని అడుగఁగా; ఆనారదు తోడన్, అతఁడు, అనియెను, మరలన్ = ఆనారదునితో తిరిగి యిట్లు చెప్పెను.

తా. రాజా, నీ మొగము వాఁడియున్నది. నీమనస్సులోని విచారమునకు కారణమేమి? అని అడుగఁగా అతఁ డిట్లనెను

క. మునివర వివేకశాలివి
యనఘుఁడవు నైదేండ్లబాలుఁ డొప్పగు పుత్రుం
డనుఁ బెడయుఁడ నగినాచే
తను బరిభవ మొంది చనియెఁ దల్లియుఁ దానున్. 45

అర్థ. మునివర = మునిశ్రేష్ఠుఁడా; వివేకశాలియున్ = తెలివిగలవాఁడును; అనఘుఁడున్ = పాపములేనివాఁడును; అయిదేండ్లబాలుఁ

5

డు = ఆయిదు సంవత్సరముల వయస్సుగల బాలుఁడైన; అస్మత్, ప్రియ నందనుఁడు = నా ప్రియమైన కొడుకు; అదయుఁడను, అగు. నా చేతన్ = దయలేని నాచేత ; పరిభవము , ఒంది = అవమానమును పొంది ; తల్లి మును, తానున్ = చనియెన్ = తల్లితో కూడ వెళ్ళెను

తా॥ నారదమునీంద్రా! వివేకశాలియు, పాపరహితుఁడును అగు కుమారుఁడు నాచే నవమానముఁ బొందినవాఁడై తల్లితో కలసివెళ్లి పోయెను.

మ॥ చని యుగ్రాటవిఁ జొచ్చి యచ్చటఁ బరి ♦ శ్రాంతుండు క్షుత్పీ
డితుం, డును నామ్లానముఖాంబుజుండు నఘుం ♦ డున్ బా
లుఁడున్నైనమ. త్తనయున్ ఘోరవృకాహిభల్లముఖస ♦
త్త్వశ్రేణినిర్జించెనో, యని దుఃఖించెద నాదు చిత్తమున
నా ♦ ర్యస్తుత్య యిట్లాటకున్. 46

అర్థ. చని = అట్లు తల్లితోపోయి; ఉగ్ర, అటవిన్, చొచ్చి = భయంకరమైన అడవిని ప్రవేశించి; పరిశ్రాంతుండున్ = అలసిపోయిన వాఁడును ; క్షుత్, పీడితుండును = ఆకలిచే బాధింపఁబడినవాఁడును ; అమ్లాన ముఖ, అంబుజుండును = వాడినముఖపద్మముగలవాఁడు ; అనఘుండున్ = పాపములేనివాఁడును ; బాలుఁడున్ , ఐన = పిల్లవాఁడును ఆయిన ; మత్, తనయున్ = నాకొడుకును , ఘోర = భయంకరమైన ; వృక, అహి, భల్ల, ముఖ, సత్త్వ, శ్రేణి = తోడేళ్ళు, పాములు, ఎలుగుగొడ్డులు , మొదలగు జంతుసమూహములు ; నిర్జించెనో, అని = చంపివేసెనో అని; ఇట్లు ఔటకున్ = ఈవిధముగా జరుగుటకు ; ఆర్యస్తుత్య = పెద్దలచే పొగడఁబడఁదగినవాఁడా ; నాదు, చిత్తమునన్, దుఃఖించెదన్ = నామనస్సులో శోకము పొందుచున్నాను

తా. అట్లు నాకుమారుఁడు తల్లితో ఘోరాటవులఁజొచ్చి, అలసి ఆఁకలిపొంది , వాఁడిన మొగములవాఁడై , యచట ఘోరజంతువులచే చంపఁబడెనేమో యని మనస్సులో దుఃఖించుచున్నాను.

తే. అట్టియుత్తమబాలు నా • యంకపీఠ
మందుఁ గూర్చుండ నీక ని • రాకరించి
యంగనాసక్తచిత్తుండ • నైనయట్టి
నామదౌరాత్మ్య మిది ముని • నాథచంద్ర 47

అ. అట్టి, ఉత్తమ, బాలున్ = అట్టి శ్రేష్ఠుఁడైనకుమారుని, నా, అంకపీఠమందు = నాతొడమీఁద ; కూర్చుండనీక = కూర్చుండనీయక ; నిరాకరించి = తిరస్కారభావముతో, అంగనా, ఆసక్త, చిత్తుండను, ఐన, అట్టి = స్త్రీలోలుఁడయిన ; మునినాథచంద్ర = మునిశ్రేష్ఠుడా ఇది, నామ, దౌరాత్మ్యము = ఇది నా దుష్టబుద్ధియే.

తా. అట్టి శ్రేష్ఠుఁడైన బాలుని నాతొడపై నెక్కనీయక త్రోసివైచి స్త్రీలోలుఁడనై యుండుట నాదుష్బుద్ధితప్ప మఱియొకటి కాదు.

ఉ. నా విని నారదుండు నర • నాథున కిట్లను నీకుమారుఁ డా
దేవకిరీటరత్నరుచి • దీపితపాదసరోజుఁ డైన రా
జీవదళాక్షురక్షితుఁడు • శేషజగత్పరికీర్తనీయకీ
ర్తివిభవప్రశస్తసుచ • రిత్రుఁడు వానికి దుఃఖమేటికిన్ 48

అ. నాన్, విని = అనఁగా విని ; నారదుండు = నారదుఁడు ; నరనాథునకున్, ఇట్లు అనున్ = రాజుతో ఇట్లు చెప్పుచున్నాఁడు. నీ, కుమారుఁడు = నీకొడుకు ; ఆ, దేవ, కిరీట, రత్న, రుచి, దీపిత, పాద సరోజుఁడు, ఐన = ఆ దేవతలకిరీటములందలి రత్నములకాంతిచేత వెలిగింపఁబడిన పాదపద్మములుగలవాఁడగు ; రాజీవదళ, అక్ష, రక్షితుఁడు = పద్మపత్రాక్షుఁడయిన విష్ణుమూర్తి రక్షణను పొందియున్నవాఁడు; అశేష, జగత్, పరికీర్తనీయ, కీర్తి, విభవ, ప్రశస్త, సు, చరిత్రుఁడు = సమస్తలోకములచేతను స్తుతింపఁబడదగిన కీర్తివైభవముచేత ప్రఖ్యాతిపొందిన సచ్చరిత్రముగలవాఁడు ; వానికిన్, దుఃఖము, ఏటికిన్ = వానికొఱకు దుఃఖింపనేల ?

తా. అనఁగా విని నారదుఁ డుత్తానపాదమహారాజుతో ఇట్లు పలికెను. రాజా! నీకుమారుఁడు శ్రీమహావిష్ణుకటాక్షము పొందియున్నాఁడు అతనికీర్తిని సమస్తలోకములును స్తుతించుచున్నవి అట్టివానికోసము నీవు దుఃఖింప నవసరము లేదు.

ఉ. కావున నమ్మహాత్ముఁడు సు ♦ కర్మము చేత సమస్త లోకపా
లావళి కందరానిసము ♦ దంచితనిత్యపదంబు నంబ్రభు
శ్రీ విలసిల్లఁ జెందుఁ దుల ♦ సీదళదాము భజించి యాజగ
త్పావనుఁ డైన నీసుతుప్ర ♦ భావ మెఱుంగవు నీవు భూవరా.

అర్థ. కావునన్ = అందుచేత; ఆ, మహాత్ముఁడు = ఆ మహిమవంతుఁడగు ధ్రువుఁడు; సుకర్మము చేత = తనసత్కర్మ చేత; సమస్త, లోకపాల, ఆవళికిన్ అందరాని = సకలదిక్పాలకులను పొందశక్యముకాని; సమంచిత నిత్య పదంబునన్ = చక్కనైనట్టియు నిత్యమైనట్టియు స్థానమున; ప్రభు శ్రీ విలసిల్లన్ = ప్రభుత్వసంపద యొప్పుచుండఁగా; తులసీదళ దామున్ భజించి = తులసీదళహారమును ధరించిన విష్ణుమూర్తిని సేవించి చెందున్ = పొందును, ఆ జగత్ పావనుఁడు ఐన = ఆజగత్తునంతటికిని పవిత్రుఁడైన; నీ సుత ప్రభావమున = నీకుమారుని ప్రభావమును; భూవరా = రాజా; నీవు ఎఱుఁగవు = నీవు తెలిసికొనఁజాలవు.

తా. ధ్రువుఁడు తన సత్కర్మము వలనఁగా సకలదిక్పాలురును పొందలేని నిత్యమైనపదమును పొందును నీకుమారుని ప్రభావమును నీ వెఱుఁగఁజాలకున్నావు.

క. అదియునుం గాక. 50

అర్థ. అదియున్ కాక = ఇంతేకాక.

క. నీకీర్తియు జగములయం
దాకల్పము నొందఁ జేయు ♦ సంచితగుణుఁడై

త్నాకరుఁ డిట కేతెంచును
శోకింపకు మతనిఁ గూర్చి ♦ శుభగచరిత్రా

అర్థ. నీకీర్తియున్ = నీకీర్తికూడ ; జగములయందు = లోకముల లోనెల్ల ; ఆకల్పమున్ , ఒందన్ , చేయు = కల్పాంతమువఱకును ఉండునట్లుచేసి ; అంచిత , గుణరత్నాకరుఁడు = మంచిరత్నముల కాటపట్టయినధ్రువుఁడు; ఇటకున్ ఏతెంచును = ఇచ్చటికివచ్చును; శుభగచరిత్రా = శోభనమైన చరిత్రముగలవాఁడా; అతనిన్, గూర్చి, శోకింపకుము = అతనికొఱకు దుఃఖము పొందకుము

తా. రాజా! ధ్రువుఁడు నీకీర్తికూడ లోకములందెల్ల కల్పాంతమువఱకు నిలుపును అతఁ డిచ్చటికివచ్చును. నీవాతనికొఱకు దుఃఖించకుము

క. అని నారదుండు పలికిన
విని మనమున విశ్వసించి ♦ విభుఁడును బ్రియనం
దనుఁ జింతించుచు నాదర
మున జూడం డయ్యె రాజ్య ♦ మును బూజ్యముగన్. 52

అర్థ. అని, నారదుండు, పలికినన్ = ఇట్లు నారదుఁడు పలుకఁగా, విని = విని ; విభుఁడును = ఆరాజు; మనమునన్, విశ్వసించి = మనస్సులో నమ్మి ; ప్రియనందనున్, చింతించుచున్ = తనకు ప్రియుఁడైన కుమారుని తలంచుచు ; రాజ్యమును , పూజ్యముగన్ , ఆదరమునన్ , చూడఁడయ్యెన్ = రాజ్యమును గౌరవముగఁగాని , ఆదరముతోఁగాని చూడకుండెను

తా. ఇట్లు పలికిన నారదుని మాటలు విని మనస్సులో నమ్మి ఆ రాజు రాజ్యమును ఆదరముతో చూడకుండెను

వ. అంత నక్కడ నాధ్రువుండు. 53

అర్థ. అంతన్ , అక్కడన్, ఆ , ధ్రువుండు = ఇట్లుండఁగా అప్పుడు ధ్రువుఁడు.

క. చని ముందటఁ గనుఁగొనె మధు
వనమును మునియోగిదేవ • వర్ణితగుణపా
వనమును దుర్భవజలదప
వనమును నిఖిలైకపుణ్య • వరభవనంబున్. ౫౪

అర్థ. చని = పోయి ; ముందటన్ = తనయెదుట ; ముని, యోగి, దేవ, వర్ణిత, గుణ, పావనము = మునులచేతను యోగులచేతను, దేవతలచేతను, వర్ణింపఁబడు పవిత్రతఁ గలిగినట్టియు ; దుర్భవ, జలద, పవనమును = సంసారమను మేఘమునకు వాయువువంటిదియు ; నిఖిల, ఏక, పుణ్య, వర, భవనంబున్ = సమస్తపుణ్యములకును [illegible] శ్రేష్ఠమగు స్థానము అయినదియు; మధువనమును, కనుఁగొనెన్ = మధువనమును చూచెను.

తా. అట్లుపోయి తనయెదుట మునులు, యోగులు, దేవతలు వర్ణింపఁదగిన పవిత్రతఁ గలిగినట్టియు, సంసారమను మేఘమును పోఁగొట్టు వాయువువంటిదియు, పుణ్యమున కాటపట్టును అయిన మధువనమును చూచెను.

వ. అట్లు గని డాయంజని యమునానదిం గృతస్నానుండై నియతుండును సమాహితచిత్తుండును నై సర్వేశ్వరునిధ్యానంబు సేయుచుం ద్రిరాత్రంబుల కొక్కమాఱు కృతకపిత్థబదరీఫలపారణుం డగుచు దేహస్థితి ననుసరించి యొక్కమాసంబు హరిం బూజించి యంతనుండి యాఱేసిదినంబుల కొక్కపరి కృతజీర్ణతృణపర్ణాహారుండగుచు రెండవమాసంబున విష్ణుసమారాధనంబు సేసి యంతనుండి నవరాత్రంబుల కొకమాఱు ఉదకభక్షణంబు సేయుచు మూఁడవమాసంబున మాధవు నర్చించి యటనుండి

ద్వాదశదినంబుల కొకతోయంబు వాయుభక్షణుండగు
చు జితశ్వాసుండై నాలవమాసంబునం బుండరీకాక్షుని
భజియించి యంతనుండి మనంబున నలయక నిరుచ్ఛ్వా
సుండై యేకపదంబున నిలిచి పరమాత్మం జింతించుచు
నచేతనం బైన స్థాణువుంబోలె నైదవమాసంబును జరపె
నంత.

అన్వ. ఇట్లు = ఈప్రకారముగా; కని = చూచి; డాయన్, = దని సమీపించి, యమునానదిన్ కృతస్నానుండై = యమునానదిలో స్నానము చేసి; నియతుండును = నియతాచారుండును; సమాహిత ; చిత్తుండును, ఐ = శాంతిపొందినమనస్సుకలవాడును అయి; సర్వేశ్వరుని, ధ్యానంబు. చేయుచున్ = విష్ణుమూర్తిని ధ్యానించుచు, త్రిరాత్ర, త్రిరాత్రంబులకు, ఒక్కమాఱు = మూడేసిరాత్రులకొకసారి; కపిత్థ, కపిత్థ బదరీఫల, సాశనుండు అగుచున్ = వెలగపండును, రేగుపండును తినుచు; దేహస్థితిన్, అనుసరించి = శరీరస్థితినిబట్టి; ఒక్కమాసంబు, హరిన్, పూజించి = ఒకనెల విష్ణుమూర్తిని పూజచేసి; అంతనుండి = అప్పటినుండియు; ఆఱేసిదినంబులకు, ఒక్కపరి = ఆఱేసిరోజులకొకసారి; కృతజీర్ణ తృణ, పర్ణ, ఆహారుండు, అగుచున్ = ఎండినగడ్డిని, ఆకులను తినుచు; రెండవమాసంబునన్ = రెండవనెలలో ; విష్ణుసమారాధనంబు, చేసి = విష్ణుమూర్తిపూజచేసి ; అంతనుండి అప్పటినుండియు ; నవరాత్రంబులకు, ఒకమాఱు = తొమ్మిదిరోజులకొకసారి; ఉదకభక్షణంబు, చేయుచు = నీళ్లు త్రాగుచు ; మూడవమాసంబునన్ = మూడవనెలలో, మాధవున్, అర్చించి = విష్ణుమూర్తిపూజచేసి; అంతనుండి = అప్పటినుండియు; ద్వాదశదినములకు, ఒకతోయంబు = పన్నెండుదినంబులకొకసారి ; వాయుభక్షణుండు, అగుచున్ = వాయువుభక్షించుచు ; జిత, శ్వాసుండు , ఐ = శ్వాసము జయించినవాడై , నాలవమాసంబునన్ = నాలుగవనెలలో పుండ

రీకాక్షునిన్, భజియించి = విష్ణుమూర్తిని పూజించి; అంతనుండి = అప్పటినుండియు ; మనంబునన్ = మనస్సులో ; అలయక = ఆయాసము పొందక ; నిర్, ఉత్, శ్వాసుండు, ఐ = ఎగఊఁపిరిని ఆపి; ఏక, పదంబునన్, నిలిచి = ఒక పాదముమీఁద నిలువఁబడి ; పరమాత్మున్, చింతించుచున్ = పరమాత్మయైన విష్ణుమూర్తిని ధ్యానించుచు ; సచేతనంబు, ఐన, స్థాణువున్, పోలెన్ = ప్రాణముతోఁగూడిన స్తంభమువలెఁ; ఐదవ మాసంబును, జరిపెన్ = ఐదవనెలకూడ జరిపెను ; అంతన్ = పిమ్మట.

తా. స్పష్టము.

సీ. సకలభూతేంద్రియా • శయము నగుహృదయంబు
నందు విషయములఁ • జెంద నీక
మహదాదితత్త్వస • మాజమ్ములకును నా
ధారభూతమును బ్ర • ధానపురు
షేశ్వరుఁ డైనట్టి • శాశ్వతబ్రహ్మంబుఁ
దన దైనహృదయప • ద్మమున నిలిపి
హరిరూపమునకంటె • నన్యంబు నెఱుఁగక
చిత్తము విభునందుఁ • జేర్చియున్న
తే. కతన ముల్లోకములు నాలుఁ • గంప మొందె
వెండియును బేర్చి యయ్యర్భ • కుండు ధరణి
నొక్కపాదంబు చేర్చి ని • ల్చున్నవేళఁ
బేర్చి యబ్బాలునంగుష్ఠ • పీడఁ జేసి. 56

అర్థ. సకల భూత హిత ఇంద్రియ ఆశయము ఆగు = సమస్త జీవకోటికిని హితమైన స్థానమగు, హృదయంబునందు = హృదయములో ; విషయములన్ చెందనీక = భోగేచ్ఛను చేరనీక; మహత్ ఆది తత్త్వ సమాజమ్ములకును = బుద్ధి మొదలయిన ఇరవదిఅయిదు తత్త్వము

లకును ; ఆధారభూతుఁడును = ఆధారమయినట్టియు ; ప్రధాన, పూరుష, ఈశ్వరుఁడు; ఐనట్టి = ప్రధానమైన పురుషశ్రేష్ఠుఁడగు; శాశ్వత, బ్రహ్మంబున్ = నాశనములేని పరబ్రహ్మమును; తనది, ఐన, హృదయపద్మమునన్, నిలిపి = తన హృదయమను పద్మమునందు కుదురుకొలిపి, హరిరూపమునకంటెన్ = విష్ణుమూర్తి రూపముతప్ప ; అన్యంబున్, ఎఱుఁగక = ఇతరమునందు గుఱియుంచక ; చిత్తమున్ = మనస్సును; ఆ, విభునందున్ = ఆ దేవదేవునియందు ; చేర్చియున్నకతనన్ = చేర్చిఉంచుటవలన; ముల్లోకములున్ = మూఁడులోకములును ; చాలన్, కంపము, ఒందెన్ = చాలవణంకుచుండెను ; వెండియును = మరల ; పేర్చి = ఉత్సాహముతో ; ఆ, అర్భకుండు = ఆ బాలుఁడైన ధ్రువుఁడు; ధరణిన్ = భూమిపై; ఒక్కపాదమున్, పేర్చి, నిల్చున్నవేళన్ = ఏకపాదమునిలిచి నిలువఁబడినప్పుడు ; పేర్చి = ఎక్కువగా; ఆ, బాలు, అంగుష్ఠపీడన్, చేసి = ఆబాలుని బొటనవ్రేలితాఁకుడువలన కలిగినబాధచేత,

తే. వసుమతీతల మర్థము • వంగఁ జొచ్చె
భూరిమదదుర్నివారణ • వారణేంద్ర
మెడమఁ గుడి నొరగఁగ నడు • గడుగునకును
జలన మగునుదధిస్థిత • కలముఁబోలె. 58

అర్థ, భూరి, మద, దుర్నివారణ వారణేంద్రము = మిక్కిలి మదించియున్న మదపుటేనుఁగు; ఎడమున్, కుడిన్, ఒరగఁగన్ = కుడివైపునకును, ఎడమవైపునకును ఒరుగుచుండఁగా; అడుగడుగునకును = ప్రతి అడుగునకును ; చలనము, అగు = కదలుచుండు ; ఉదధి, స్థిత, కలము, పోలెన్ = సముద్రములోనున్న ఓడవలె ; వసుమతీతలము = భూప్రదేశము, అర్థము = సగము, వంగన్, చొచ్చెన్ = వంగసాగెను

తా. ధ్రువుఁడట్లు హృదయమునందు విష్ణుమూర్తినిలిపి, పరబ్రహ్మమును తనహృదయమునందు చేర్చి తదేకధ్యానముతో నున్న సమయమునందు మూఁడులోకములును కంపమునొందసాగెను. ఏకపాదముపై

నిలుచుండఁగా నతని కాలివ్రేలి భారముచేత సముద్రములోని పడవవలె దిగ్గజము లిటునటు తిరుగఁబడుచు పరిక్రమలకు ఒరగునట్లు భూమియందలి సగముభాగము వంగిపోఁజొచ్చెను.

చ. అతఁడు ననన్యదృష్టిని జరాచరదేహశరీరధారణా
స్థితిగలయీశునందుఁ దన జీవితముం ఘటియింపఁ జేసి యే
కతఁ గనఁ దన్నిరోధమునఁ గ్రక్కొని కంపమునొందె నీశ్వరుం
డతఁడు చలింపనిజ్జగములన్నియుఁ జంచలమయ్యె భూవరా.

అర్థ. అతఁడున్ = ఆధ్రువుఁడు; అనన్యదృష్టిని = నిశ్చలమైన దృష్టితో, చర, అచర, దేహ, శరీర ధారణ, స్థితి, కల = చరాచర శరీరములు తనశరీరము గాఁగల; ఈశునందున్ = ఈశ్వరునియందు; తన, జీవితమున్, ఘటియింపన్, చేసి = తనజీవితమును కలిపి; ఏకతన్, కనన్ = ఈశ్వరునిలో ఐక్యముపొందఁగా; తత్, నిరోధమునన్ = ఆప్రాణమునకు కలిగిన నిరోధముచేత; క్రక్కొని = ఆకట్టుబాటునుపొంది; ఈశ్వరుండు, కంపమున్, ఒందెన్ = ఈశ్వరుఁడు వణఁకుఁబాటుపొందెను; అతఁడు, చలింపన్ = అతఁడు కంపముఁబొందఁగా; భూవరా = రాజా, ఈ, జగములు, అన్నియున్, కంపమున్, ఒందెన్ = ఈలోకములన్నియు వణఁకసాగెను.

తా. చరాచర ప్రపంచమంతయు దేహముగాఁగల ఈశ్వరునియందు ధ్రువుఁడు మనస్సు చేర్చి నిరోధింపఁగా, ఆనిరోధమువల్ల నాయీశ్వరునియందు కంపముకలిగెను అతఁడు కంపమొందఁగా లోకములన్నియు కంపింపసాగెను.

క. ఆలోకభయంకర మగు
నాలోకమహావిపద్దశాలోకను లై
యాలోక పాలు రందఱు
నాలోకశరణ్యుఁ గాన నరిగిరి భీతిన్. 60

అర్థ. ఆ, లోకభయంకరము, అగు = అట్టిలోకభీతికరమగు ; ఆ, లోక, మహా, విపత్, దశా, ఆలోకనులు, ఐ = లోకములకు కలిగిన మహాపదను చూచినవారై ; ఆ, లోకపాలురు, అందఱున్ = అదిక్పాలురందఱును; ఆలోకశరణ్యున్ = సమస్తలోకములను రక్షించునట్టి శ్రీమహావిష్ణువును; కానన్, అరిగిరి, భీతిన్ = భయముతో చూడఁబోయిరి.

తా. అట్లు లోకభయంకరమగు మహావిపత్తును చూచి లోకపాలురందఱును భయముతో శ్రీమహావిష్ణువును చూడఁబోయిరి

వ. అట్లరిగి నారాయణు నుద్దేశించి కృతప్రణాములై కరం
బులు ముకుళించికొని యిట్లనిరి 61

అర్థ. అట్లు, అరిగి = ఆరీతిగాపోయి ; నారాయణున్, ఉద్దేశించి = నారాయణమూర్తితో; కృతప్రణాములు, ఐ = ప్రణామములు చేసి; కరంబులు, ముకుళించుకొని = చేతులుజోడించి ; ఇట్లు, అనిరి = ఈవిధముగా పలికిరి

తా. వారట్లు పోయి శ్రీమన్నారాయణునకు నమస్కరించి చేతులు జోడించి యిట్లు పలికిరి,

చ. హరి పరమాత్మ కేశవ చరాచరభూతశరీరధారి వై
పరఁగుదు వీవు విట్టులుగఁ బ్రాణనిరోధము లెందుచున్న నే
మెఱుఁగము నాథ నాథ జగదీశ్వర సర్వశరణ్య నీపదాం
బురుహము లర్థిమై శరణు చొచ్చెద మార్తి హరించి కావవే.

అర్థ. హరి, పరమాత్మ, కేశవ; చర, అచర, భూత, శరీర, ధారివి, ఐ = జంగమస్థావరరూపమైన జీవములే శరీరము గాఁగలవాఁడవై; ఈవు పరఁగుదువు = నీవు ఒప్పారుదువు; అనాథనాథ = దిక్కులేనివారి రక్షించువాఁడా; ఇట్టులుగన్ = ఈరీతిగా; ప్రాణనిరోధములు = ప్రాణములకు నిరోధముగలుగుట, ఎందున్, మున్నును, ఏము, ఎఱుఁగము = పూర్వ

కాలమందెప్పుడును చూడలేదు; జగత్, ఈశ్వర ! సర్వశరణ్య = జగత్ప్రభువా, సర్వలోకశరణ్యా; నీపద, అంబురుహములు = నీపాదపద్మములను; అర్థిమైన్ = కోరికతో; శరణు, పొందెదము = శరణుచొచ్చెదము; ఆర్తి, హరించి, కావవే = బాధను, పోఁగొట్టి గావుమా.

తా. చరాచరజంతుజాలమంతయూ శరీరముగాఁగల నీకిట్లుప్రాణనిరోధము కలుగుట మేమెన్నఁడును చూడలేదు జగత్ప్రభూ! నీపాదపద్మముల నాశ్రయించుచున్నాము. మా బాధను పోఁగొట్టి మమ్ముకావుము.

వ. అని దేవతలు విన్నవించిన నీశ్వరుండు వారల కిట్లనియె ను
త్తానపాదుం డనువానితనయుండు విశ్వరూపుఁడ నయిననా
యందుఁ దనచిత్తం బైక్యము సేసి తపంబు గావించుచుండ
దానం జేసి భవదీయప్రాణనిరోధం బయ్యె నట్టిదురత్యయం
బైన తపంబు నివర్తింపఁ జేసెద వెఱవక మీమీనివాసంబు
లకుం జనుండని యానతిచ్చిన నాదేవతలు నిర్భయాత్ములై
యీశ్వరునకుం బ్రణామంబు లాచరించి త్రివిష్టపంబునకుం
జనిరి తదనంతరంబు 63

అర్థ. అని పలికి; విన్నవించినన్ = ప్రార్థనము చేయఁగా; ఈశ్వరుండు వారలకున్, ఇట్లు అనియెన్ = నారాయణమూర్తి వారితో ఇట్లుపలికెను; ఉత్తాన పాదుండు, అనువాని, తనయుండు = ఉత్తానపాదుఁడను రాజుయొక్క కుమారుఁడు; విశ్వరూపుఁడను, అయిన, నాయందు = విశ్వమే రూపముగాఁగల నాయందు; తన, చిత్తంబు, ఐక్యము, చేసి = తనమనస్సును ఏకముచేసి; తపంబు, గావించుచుండన్ = తపస్సు చేయుచుండఁగా; దానం జేసి = అందువలన; భవదీయ, ప్రాణనిరోధంబు, అయ్యెన్ = మీప్రాణములకు నిరోధము కలిగినది; అట్టి, దురత్యయంబు, అయిన, తపంబున్, నివర్తింపన్, చేసెద = సాటిలేని ఆతపస్సు మర

లించెదను ; వెఱవక = భయపడక ; మీ, మీ, నివాసంబులకున్, చనుండు = మీగృహములకు వెళ్లుఁడు ; అని ఆనతిచ్చినన్ = అని అజ్ఞాపింపఁగా; ఆ, దేవతలు = ఆదేవతలు; నిర్భయ, ఆత్ములు, ఐ = భయమును వదలినవారై ఈశ్వరునకున్, ప్రణామంబులు, ఆచరించి = నారాయణమూర్తికి నమస్కారములు చేసి . త్రివిష్టపంబునకున్, చనిరి = స్వర్గలోకమునకు పోయిరి ; తత్, అనంతరంబ = తరువాతను. [ముందుపద్యముతో అన్వయము.]

తా. స్పష్టము.

సీ. హరి యీశ్వరుండు వి హంగకులేశ్వర
      యానుఁడై నిజభృత్యుఁ డైన ధ్రువుని
   గనుఁగొను వేడుక జనియింప నామధు
      వనమున కప్పుడు సని ధ్రువుండు
   పరువడి యోగవి పాకతీవ్రం బైన
      బుద్ధిచే నిజమనో బురుహముకుళ
   మందుఁ దటిత్ప్రభా యతమూర్తి యటఁ దిరో
      ధానంబునను బొంది తత్క్షణంబ
తే. తనపురోభాగమందు ని ల్చినను బూర్వ
   సమధికజ్ఞాననయనగో చరసమగ్ర
   మూర్తిఁ గనుఁగొని సంభ్రమ మునను సమ్మ
   దాశ్రువులు రాలఁ బులకీకృ తాంగుఁ డగుచు. 64

అర్థ. హరి, ఈశ్వరుండు = ప్రభువగు శ్రీవిష్ణువు ; విహంగకుల, ఈశ్వర, యానుఁడు, ఐ = పక్షిశ్రేష్ఠుడగు గరుడునిపై నెక్కి ; నిజభృత్యుఁడు, ఐన, ధ్రువునిన్ = తనసేవకుఁడైన ధ్రువుని; కనుఁగొను, వేడుక,

జనియింపన్ = చూడ వేడుక పుట్టఁగా ; ఆ, మధువనమునకు, అప్పుడు, చని = అప్పుడా మధువనమునకుఁ బోయి, ధ్రువుండు = ధ్రువుఁడు ; పరువడిన్ = ఎక్కువగా ; యోగ విపాక, తీవ్రింబు, ఐన = యోగపరిపాకముచేత = ఉగ్రమైన ; బుద్ధిచేన్ = బుద్ధిచేత; నిజ, మనః, అంబురుహ, ముకుళమందు = తనమనస్సను తామరమొగ్గయందు ; తటిత్, ప్రభా, ఆయత, మూర్తి = మెఱుపుతీఁగవంటి రూపముగల మహావిష్ణువు; అటన్ = ఆహృదయమునలో ; తిరోధానంబునను, పొంది = దాగియుండి ; తత్క్షణంబ = వెంటనే; తన పురోభాగమందు = తనయెదుట ; నిలిచినను = నిలువఁగా; పూర్వ, సమధిక, జ్ఞానమున, గోచర, సమగ్రమూర్తిన్ = పూర్వజన్మవాసనచే కలిగిన జ్ఞాననేత్రమునకు గోచరించిన సంపూర్ణ ఈశ్వరస్వరూపమును ; కనుఁగొని = చూచి ; సంభ్రమమునను = తడఁబాటుతో; సమ్మద, అశ్రువులు, రాలన్ = ఆనందబాష్పములు రాలుచుండఁగా ; పులకీకృత, అంగుఁడు, అగుచున్ = గగుర్పాటు పొందిన దేహముగలవాఁడై- [ముందు పద్యముతో నన్వయము]

తా. అట్లు శ్రీమన్నారాయణుఁడు గరుడవాహనుఁడై తన దాసుఁడగు ధ్రువుని చూడ కోరికతో వచ్చి యోగపరిపాకముచే తీవ్రమైన ఆతని హృదయపద్మమందు నిలిచి, మెఱుపుతీఁగవలె నంతలో అంతర్ధానము పొంది, మఱల అతని యెదుట నిలువఁబడఁగా ఆధ్రువుఁడు పూర్వభవార్జితమైన జ్ఞాననేత్రముతో శ్రీమహావిష్ణువు యొక్క సంపూర్ణస్వభావమును చూచి, తొట్రుపాటుపడి, ఆనందబాష్పములఁ గార్చుచు, ఒడలు పులకరింప- [ముందుపద్యముతో అన్వయము]

సాక్షాత్కరించిన భగవంతుని ధ్రువుండు స్తుతించుట.

తే. నయనముల విభుమూర్తిఁ బానంబు సేయు
పగిదిఁ దనముఖమున జుంబనము సేయు
లీలఁ దగిలి భుజములను నాలింగనంబు
సేయుగతి వచ్చి నమ్రుఁడై స్తుతు లొనర్చె 65

అర్థ. నయనములన్ = కన్నులతో విభు ; మూర్తిన్ = శ్రీవిష్ణువు యొక్క స్వరూపమును, పానంబు, చేయు, పగిదిన్ = త్రాగివేయునట్లును; తన, ముఖమును, చుంబనము చేయు, లీలన్ = అతని మొగమును ముద్దిడునట్లుగాను; తగిలి = ప్రీతితో; భుజములను, ఆలింగనము చేయు, గతిన్ = భుజములతో కౌఁగిలించుకొనునట్లును; దండవత్, నమస్కృతులు, ఒనర్చెన్ = దండనమస్కారములు చేసెను;

తా. శ్రీవిష్ణుమూర్తి స్వరూపమును కన్నులతో త్రాగివేయునట్లును, ముఖమును ముద్దిడుచున్నట్లును, బాహువులతో కౌఁగిలించుకొనుచున్నట్లును దండనమస్కారములు చేసెను.

వ. ఇట్లు దండప్రణామంబులాచరించి కృతాంజలియై స్తోత్రంబుసేయ నిశ్చయించి స్తుతికి నాకరణాపటుత్వంబుగాక యున్నధ్రువునకు నసమస్తభూతంబులకునంతర్యామియైనయీశ్వరుండాతనితలం పెఱింగి వేదమయం బయినతనశంఖంబుజేత నబ్బాలునికపోలతలం బంటిన జీవేశ్వరనిర్ణయజ్ఞానము భక్తిభావనిష్ఠుండును నగుధ్రువుండు నిఖిలలోకవిఖ్యాతకీర్తిగల యీశ్వరుని భగవత్ప్రతిపాదితంబులగు వేదాత్మకంబులైనతనవాక్కుల నిట్లనిస్తుతియించె దేవా నిఖిలశక్తిధరుండవు నంతఃప్రవిష్టుండవునైన నీవు లీనంబులైన మదీయవాక్కులుఁ బ్రాణేంద్రియంబుల గరచరణశ్రవణత్వగాదుల నిజచ్ఛక్తిచేఁగృపంజేసిజీవింపంజేసిన భగవంతుండవును బరమపురుషుండవును నైననీకు నమస్కరింతు నీవొక్కరుండవయ్యు మహదాద్యంబైన యీయశేషవిశ్వంబు మాయాఖ్యం బయిన యాత్మీయశక్తిచేతం గల్పించి యం

దుం బ్రవేశించి యింద్రియంబులందు వసించుచుఁ దత్తద్దే
వతారూపంబులచే నానాప్రకారంబుల దారువులందున్న
వహ్నిచందంబునం బ్రకాశింతు వదియునుం గాక 66

అర్థ. ఇట్లు = ఈవిధముగా ; దండప్రణామంబులు , ఆచరించి = దండనమస్కారములు చేసి; కృత, అంజలి ఐ = దోసలొగ్గి ; స్తోత్రంబు , చేయన్ = నిశ్చయించి = స్తుతింపఁ దలంచి; స్తుతిక్రియా, కరణ సమర్థుండు కాక, ఉన్న = స్తుతి చేయుటకు సమర్థుఁడు కాక ఉండిన; ధ్రువునకును = ధ్రువునికిని సమస్త , భూతంబులకును = సకలజీవములకును; అంతర్యామి , ఐన, ఈశ్వరుండు = హృదయవర్తియైన పరమేశ్వరుఁడు ; ఆతని, తలంపు, ఎఱింగి = ఆతని తలఁపును తెలిసికొని, వేదమయంబు, ఆయిన తన శంఖంబు చేత = వేదాత్మకమగు తనశంఖముతో ; ఆ, బాలుని , కపోలతలంబు , అంటినన్ = ఆధ్రువుని చెక్కిటిపై తాఁకగా; జీవ, ఈశ్వర, నిర్ణయజ్ఞుండు = జీవాత్మ పరమాత్మల తారతమ్యము నెఱింగినవాఁడును ; భక్తిభావ నిష్ఠుండును ఆగు = స్థిరమయిన భక్తిగలవాఁడును అయిన; ధ్రువుండు = ధ్రువుఁడు ; నిఖిల లోక విఖ్యాత కీర్తి కల = సమస్తలోకములందును ప్రసిద్ధిపొందిన కీర్తిగల ఈశ్వరునిన్ = శ్రీనివాసమూర్తిని ; భగవత్ ప్రతిపాదితంబు అగుచు = భగవత్ప్రోక్తములై వేద ఆత్మకంబులు ఐన = వేదమయములైన ; తన వాక్యములన్ = తనమాటలతో ఇట్లని స్తుతియించెన్ = ఈరీతిగా స్తోత్రము చేసెను ; దేవా = ప్రభువా , నిఖిల, శక్తి, ధరుండవు = సమస్తశక్తులను ధరించినవాఁడవును; అంతః, ప్రవిష్టుండవును, ఆయిన = భూతాంతర్వర్తివియునైన; నీవు = నీవు; లీనంబులు అయిన మదీయ వాక్కులన్ = లయముపొందిన నామాటలను; ప్రాణేంద్రియంబులన్ = ప్రాణము ఇంద్రియములను ; కర చరణ; త్వక్ ఆదులను = చేతులు పాదములు చర్మము మొదలగువానిని; చిత్ శక్తిన్ = జ్ఞానశక్తిచేత; జీవింపఁ జేసిన = జీవించియున్నట్లు చే

చేసిన • భగవంతుండవును = సర్వవిభూతులను కలిగినవాఁడవును పర మపురుషుండవును = పురుషోత్తముఁడవును అయిన = అయినట్టి నీకున్ నమస్కరింతున్ = నీకు నమస్కారము చేసెదను. నీవు, ఒక్కఁడవు. అయ్యున్ = నిత్యపదార్థమవు నీవొక్కఁడే అయినను మహత్, ఆద్యంబు, అయిన = మహత్తు మొదలయిన యిరువైయయిదు తత్త్వములచే నిర్మింపఁబడిన ఈ, అశేష, విశ్వంబు = ఈసకలప్రపంచమును. మాయా ఆఖ్యంబు అయిన = మాయయను పేరుగల. ఆత్మీయ శక్తి చేతన్ = నీశక్తి చేత; కల్పించి = సృష్టి చేసి; అందున్, ప్రవేశించి = అందులో ప్రవేశించి, ఇంద్రియంబులందు, వసించుచు = కర్మ; జ్ఞానేంద్రియములందునిలిచి; తత్, తత్ దేవతా, రూపంబుల చేన్ = ఆయా దేవతల రూపములతో; నానా, ప్రకారములన్ = అనేకవిధములుగా; దారువులందు, గూఢ, వహ్ని, చందంబునన్ = కట్టెలయందు దాగియున్న అగ్నివలె; ప్రకాశింతువు = ప్రకాశించుచుందువు; అదియున్, కాక = ఇంతేకాక.

తా. స్పష్టము.

చ. వరమతి నార్త బాంధవ భవద్ఘనబోధసమేతుఁడై భవ
చ్చరణముఁ బొందినట్టివిధి • సర్గము సుప్తజనుండు బోధమం
దరయఁగ జూచురీతిఁ గను • నట్టిమహాత్ము శరణ్యమైన నీ
చరణములం గృతజ్ఞుఁడగు • సజ్జనుఁ డెల్లెడలం భజించెడున్.

ఆర్త బాంధవ = దీనశరణ్యా! వరమతిన్ = మంచి బుద్ధితో; భవత్, ఘన, బోధ, సమేతుఁడు, ఐ = నీదయిన గొప్పజ్ఞానమును కలిగి; భవత్, చరణము, పొందినట్టి, విధి = నీపాదముల నాశ్రయించిన బ్రహ్మదేవుఁడు; సర్గమునన్ = సృష్టిని; సుప్తజనుండు = నిద్రించుచున్నవాఁడు; బోధమందు, అరయఁగన్, చూచి, రీతిన్ = మేల్కొనియున్న

ప్వాపః చూచునట్లే ; కనున్ = చూచును ; అట్టి , ముముక్షు, శరణ్యము ఐన = అట్టిమోక్షేచ్ఛగలవారికి శరణుచొరఁదగిన ; నీ, చరణములన్ = నీపాదమూలను , కృతజ్ఞుఁడు , అగు, సజ్జనుఁడు = చేసినమేలును తెలిసికొను సత్పురుషుఁడు ; ఎన్ను, తలంపకుండెడునన్ = తలంపకుండ నెట్లుండఁ గలఁడు ?

తా. ఆర్తబాంధవా! బ్రహ్మ నిన్ను తెలిసికొని, నీచరణములనాశ్రయించి, నిద్రపోవుచున్నవాఁడే జగత్తును మేల్కొని చూచుచున్నట్లే చూచుచుండును నీవు మోక్షేచ్ఛగలవారికి శరణమవు. అట్టినిన్ను కృతజ్ఞుఁడగువాఁడు తలంపకుండునా?

సీ. మహితాత్మ మఱి జన్మ • మరణప్రణాశన
హేతుభూతుండవు • సిద్ధకల్ప
తరువవు నగునిన్నుఁ • దగ నెవ్వరే నేమి
పూని నీమాయావి • మోహితాత్ము
లగుచు ధర్మార్థకా • మాదులకొఱకుఁ దా
మర్చించుచును ద్రిగు • ణాభ
దేహోపభోగ్యమై • దీపించు సుఖముల
నెనయంగ మదిలోన • నెంచు గట్టి
తే. విషయసంబంధజన్యమై • వెలయుసుఖము
వారికి నిరయమందును • వచ్చుఁ దేవ
భూరిసంసారతాపవి • వారగుణక
థామృతాపూర్ణ యీశ మా • ధవ ముకుంద. 68

అర్థ. మహితాత్మ = మహానుభావా! మఱి = ఇంకను ; జన్మమరణప్రణాశన , హేతుభూతుండవు = పుట్టుక , చావు ; నాశనము అను వానిని కలిగించువాఁడవును ; సిద్ధ, కల్పతరువవున్ , అగు = ప్రశస్తమైన

కల్పవృక్షమువంటివాఁడవైన ; నిన్నున్ = నిన్ను ; తగన్ = ఒప్పునట్లు ; ఎవ్వారేనిన్ = ఎవరయితే; ఏమి, పూని = ఏమిఆరంభించి ; నీ, మాయా విమోహిత, ఆత్ములు, అగుచున్ = నీమాయచేత మోహము పొందినబుద్ధికలవారై ; ధర్మ, అర్థ, కామ, ఆదులకోఁఅను = ధర్మము , అర్థము కామము మొదలైనవానికోసము ; తాము = తాము ; అర్పింపుమను = భజించుచు , త్రిగుణ, ఆఢ్యము, అయిన = సత్త్వరజస్తమోగుణములతో గూడిన ; దేహ = దేహముచేత , ఉపసేవ్యమై = అనుభవింపఁదగినవై ; సేవించు = ఒప్పునట్టి ; సుఖములన్ = సౌఖ్యములను ; ఎసఁగంగన్ = పొందుటకు ; మదిలోనన్ = మనస్సులో, ఎంతురు = తలంతురో ; అట్టి, విషయ, సంబంధ, జన్యము అయి = అటువంటి విషయసంబంధమైపుట్టి; వెలయు = ఒప్పునట్టి ; సుఖము = సౌఖ్యము; వారికిన్ = వారికి ; నిరయమందును = నరకలోకములో కూడ; దేవ = ప్రభువా; ఘోర, సంసార, తాప, నివార గుణ, కథా, అమృతపూర్ణ = గొప్పసంసారతాపమును పోఁగొట్టు గుణకథనము అమృతముచే పరిపూర్ణమైనవాఁడా ఈశ = ఈశ్వరా, మాధవా = శ్రీపతీ; ముకుంద = ముకుందా, వఱలున్ = కలుగును.

తా. శ్రీనివాసా నీవు సృష్టిలయకారకుఁడవు కల్పతరువువంటివాఁడవు నీమాయచే మోహము పొంది చతుర్విధపురుషార్థములకొఱకు త్రిగుణాత్మకమైన శరీరముచేత అనుభవింపవగిన సౌఖ్యములను పొందుటకై జనులు నిన్ను భజించుచుందురు అట్టివిషయసంబంధములగు సౌఖ్యములను వారు నరకలోకమందును అనుభవించుచుందురు

మ. అరవిందోదర తావకీనచరణ ధ్యానానురాగోల్లస
చ్చరితాకర్ణనజాతభూరిసుఖముల్ స్వానందకబ్రహ్మమం
దరయన్ లేవఁట సంశభృత్కటవిపాకాకీర్ణులై కూలునా
సులోకిస్థులఁ జెప్ప నేల సుజనస్తోమైకచింతామణీ. 6౫

అర్థ. అరవింద, ఉదర = పద్మనాభా ; తావకీన = నీయొక్క, చ-రణ, ధ్యాన, అనురాగ, ఉల్లసత్, చరిత, ఆకర్ణన, జాత, భూరి, సుఖముల్ = నీపదధ్యానమునందు అనురక్తిపొందిన సచ్చరిత్రములను వినుటవలన కలిగిన సౌఖ్యములు ; స్వ, ఆనందక, బ్రహ్మమునన్ = తనలో తాను ఆనందమును పొందు నిర్గుణబ్రహ్మమునందు, అరయన = విచారింపగా ; లేవు అంటి = ఉండవంటి ; సుజన, స్తోమ, ఏక, చింతామణీ = సత్పురుషులకు చింతామణిరత్నమును పోలినవాఁడా ; దండధృత్, భట, విమాన, ఆకీర్ణులు, అయి = యమభటుల విమానముల చేత కప్పఁబడినవారై, కూలు = అధోగతిపాలగు ; అసురలోకస్థులన్ = నరకలోకవాసులను గూర్చి, చెప్పన్ ఏల = చెప్ప నవసరమేమున్నది.

తా. సాకారుడవైన నిన్ను భజించుటవలనఁ గలుగు నానందము నీ నిర్గుణస్వరూపమును ఉపాసన చేయుటవలనఁ గలుగదు అట్టి [illegible] పాపులై నరకలోకమున పడియున్నవారిని గురించి చెప్పనేల?

చ. హరిభజనీయమార్గనియతాత్ములకై భవదీయరూపమై
వఱలినభక్తియుక్తులగువారలసంగతిఁ గల్గఁజేయు స
త్పురుషసుసంగతిన్ వ్యసనదుర్భరసాగరముం బ్రయత్నతన్
సరసభవత్కథామృతరసంబున ముక్తుఁడనై తరించెదన్.

అర్థ. హరి = శ్రీహరీ ; భజనీయ, కాము, నియత, ఆత్మకులు, అయి = స్తుతింపదగిన మార్గమునందు సంచరించుచు ; భవదీయ, రూపము, అయి = నీరూపముగా ; వఱలిన = ఒప్పిన ; భక్తియుక్తులు, అగు, వారల సంగతిన్ = భక్తితోకూడినవారి స్నేహమును ; కల్గన్ ; చేయు = కలుగఁజేయునట్టి ; సత్పురుష, సుసంగతిన్ = సత్పురుషుల స్నేహము చేత, వ్యసన, దుర్భర, సాగరము = దుఃఖముతోకూడిన సంసారసముద్రమును ; అప్రయత్నతన్ = సులభముగా ; సరస, భవత్, కథా, అమృత, రసంబునన్ = రసవంతమైన నీకథామృతము చేత ; ముక్తుఁడను అయి = ముదించినవాఁడనయి ; తరించెదన్ = దాఁటెదను

తా. శ్రీహరీ! సన్మార్గవర్తనులై నిన్ను ఆశ్రయించిన సత్పురుషుల స్నేహముచేతను, నీకథామృతరసమును, సేవించుటచేతను దుఃఖభూయిష్ఠమైన సంసారసముద్రమును దాఁటెదను.

చ. నిరతముఁ దావకీనభజ • నీయపదాబ్జసుగంధలుబ్ధులె
వ్వరిమదిఁ బొందఁగాఁ గలుగునొ • వారలు తత్ప్రియమర్త్య
దేహము, న్నరయఁ దదీయదారతన • యాదిసుహృద్గృ
హబంధువర్గముల్ మఱతురు విశ్వతోముఖ • రమాహృ
దయేశ ముకుంద మాధవా.

అర్థ. నిరతము = ఎల్లప్పుడును; తావకీన, భజనీయ, పద, అబ్జ, సుగంధ లుబ్ధులు = భజింపఁదగిన నీపాదపద్మములయందలి సుగంధమునందు లోలురగువారు, ఎవ్వరి; మదిన్ = ఎవరిమనసునందు; పొందకలుగును పొందఁగలుగునో; వారలు = వారు; తత్, ప్రియ, మర్త్యదేహమున్ = తమకు ప్రియకరమైన మనుష్యశరీరమును, తదీయ, దార, తనయ, ఆది సుహృత్, గృహ, బంధువర్గమున = తమభార్యలు, = కొడుకులు, స్నేహితులు; ఇండ్లు బంధువులు మొదలగువారిని; విశ్వతోముఖ = సమస్తదిక్కులందును వ్యాపించియున్నవాఁడా; రమాహృదయేశ = లక్ష్మీప్రియుఁడా; ముకుంద; మాధవా; అరయన్ = విచారింపఁగా; మఱతురు = మఱచిపోవుదురు.

తా. శ్రీనివాసా! నీపాదపద్మపరిమళమునందు కోరికకలిగి నిన్ను తమహృదయములందు నిలుపుకొన్నవారు తమ శరీరమును భార్యాపుత్రాదులను మఱచియుందురు.

సీ. పరమాత్మ మర్త్యాసు • పర్వతోర్వీజమృగ
దితిజసరీసృప • ద్విజగణాది
సంవ్యాప్తమును సద • సద్విశేషంబును
గైకొని మహదాది • కారణంబు

నైన విరాడ్విగ్ర • హంబు నే నెఱుఁగుదుఁ
గాని తక్కిన సుమం • గళము నైన
సంతతసుమహితై • శ్వర్యరూపంబును
భూరిశబ్దాదివ్యా • పారశూన్య

తే. మైన బ్రహ్మస్వరూప మే • నాత్మ నెఱుఁగఁ
బ్రవిమలాకార సంసార • భయవిదూర
పరమమునిగేయ సంతత • భాగధేయ
నలిననేత్ర రమాలల • నాకళత్ర.

అర్థ. పరమాత్మ = పరమాత్మా; మర్త్య, సుపర్వ, తిర్యక్, మృగ, దితిజ, సరీసృప, ద్విజ గణ ఆది సంవ్యాప్తము = మనుష్యులు, దేవతలు పశువులు రాక్షసులు పాములు పక్షులు మొదలగు వానిచే వ్యాపించియున్నదియో; సత్, అసత్, విశేషంబును = సత్యము అసత్యము అనువానితో కూడియున్న యనురూపమును; కైకొని = తాల్చి, మహత్ ఆది కారణంబును, అయి = మహత్ మొదలుగాఁగల ఇరువదియైదు తత్త్వములకును మూలమైన; విరాడ్విగ్రహంబున్ = విరాట్స్వరూపమైన రూపమును; ఏను, ఎఱుఁగుదున్ = నాకు తెలియును; కాని = కాని; తక్కిన = మిగిలిన; సుమంగళము, అయిన = శోభనాకారముగలట్టియు; సంతత సుమహిత, ఐశ్వర్య, రూపంబునకున్ = ఎల్లప్పుడును మిక్కిలి గొప్పదియై లోకప్రభుత్వమును దాల్చియుండు రూపమును; భూరి, శబ్ద, ఆది, వ్యాపార శూన్యము, అయిన = గొప్పశబ్దము మొదలగు ఇంద్రియవ్యాపారములులేని; బ్రహ్మస్వరూపమునన్ = నిర్గుణబ్రహ్మస్వరూపమును, ప్రవిమల, ఆకార = నిర్మలస్వరూపముకలవాఁడా, సంసార భయ విదూర = సంసారభయమును దూరముగా చేయువాఁడా, పరమమునిగేయ = మహర్షులచే కీర్తింపఁబడువాఁడా సంతతభాగధేయ = ఎడతెగని శుభములు గలవాఁడా నలిననేత్ర = పుండరీకాక్షా రమాలలనాకళత్ర = లక్ష్మీప్రి

యుండా. ఏన్ = నేను. [illegible] = మందు జో. ఎఱుంగన్ = తెలిసికొనఁ జాలను.

తా. పుండరీకాక్షా! నీవిరాడ్రూపము సమస్తచరాచరజగత్తునకు ఆలవాలము అగుచున్నది. సహస్రశీర్షస్వరూపమును కలిగియున్నది, ఇరువదియైదు తత్త్వములకును మూలమయియున్నది. ఆస్వరూపము నాకు తెలియును, కాని నీనిర్గుణబ్రహ్మరూపము నాకు తెలియదు.

సీ. సర్వలోకేశ కల్పాంత ✱ సమయంబునందు నీ
నఖిలప్రపంచంబు ✱ నాహరించి
యనయంబు శేష ✱ సహాయుండవై శేష
పర్యంకతలమునఁ ✱ బవ్వళించి
యోగనిద్రారతి ✱ నుండి నాభిసింధు
జనన్యస్తలోకైక ✱ జాతకర్త
కంజుఁ జతుర్ముఖు ✱ నమరఁ బుట్టించుచు
రుచి నొప్పు బ్రహ్మస్వ ✱ రూపు వైన
తే. నీకు మ్రొక్కెద సత్యాంత ✱ నియమమొప్ప
భక్తచారిత్ర పంకజ ✱ పత్రనేత్ర
చిరశుభాకార నిర్మల ✱ క్షేత్రవిహార
యవ్యయానంద గోవింద ✱ హరి ముకుంద. 73

అర్థ. సర్వలోకేశ = సర్వలోకములకును ప్రభువా. కల్పాంతసమయంబునందు = ప్రళయకాలమందు. ఈ అఖిలప్రపంచంబును = సమస్తవిశ్వమును. ఆహరించి = నీలోనికి తీసకొని. అనయంబున్ = ఎల్లపుడును. శేషసహాయుండవయి = ఆదిశేషునిసహాయముతో. శేష; పర్యంకతలమునన్ = శేషుడనుపాన్పుపై. పవ్వళించి = పరుండి. యోగనిద్రారతిన్

ఉండి = యోగనిద్రఅను అనుభవించుచు నాభి, సింధుజ స్వర్ణలోక, కంజాత, కర్ణిక అందున్ = నాభియనెడు సముద్రమునందు పుట్టిన సువర్ణలోకములోని పద్మముయొక్క కర్ణికయందు . చతుర్ముఖున్ = నాలుగుముఖములుగల బ్రహ్మను అసరన్ = ఒప్పునట్లు పుట్టించుచున్ = జన్మింపఁజేసె, రుచిన్ = కాంతితో . ఒప్పు = ఒప్పుచున్న , బ్రహ్మస్వరూపివి, అయిన = పరబ్రహ్మస్వరూపుడవైన . భవ్యచారిత్ర = పావనమైన చరిత్రముగలవాఁడా . పంకజపత్రనేత్ర = పద్మపత్రాక్షా . చిర శుభ ఆకార = సంతతమైన శుభాకారముగలవాఁడా . నిత్యలక్ష్మీవిహార = నిత్యమును లక్ష్మితో విహరించువాఁడా అవ్యయ, ఆనంద = నాశనములేని ఆనందముగలవాఁడా, గోవిందా, హరి ముకుంద అత్యంతనియమము ఒప్పన్ = మిక్కిలి శ్రద్ధతో. నీకున్ మ్రొక్కెదన్ = నీకు నమస్కరించెదను

తా. సర్వేశ్వరా, ప్రళయకాలమందు నీవు సకలలోకములను నీలోనికి లాగుకొని శేషునిపై పవళించి యోగనిద్రయందుండి నీనాభికమలమునుండి చతుర్ముఖబ్రహ్మను సృష్టించి పరబ్రహ్మస్వరూపుఁడవై ఒప్పుచుందువు. అట్టి నీకు శ్రద్ధతో నమస్కరించుచున్నాను

వ. అట్లు యోగనిద్రాపరవశుండ వయ్యును జీవులకంటె నత్యంతవిలక్షణుండవై యుండుదు వది యెట్లనిన బుద్ధ్యవస్థాభేదంబున నఖండితం బయిన స్వశక్తిం జేసి చూచు లోకపాలన నిమిత్తంబు యజ్ఞాధిష్ఠాతవు గావున నీవు నిత్యముక్తుండవును బరిశుద్ధుండవును జిద్రూపకుండవును నాత్మవును గూటస్థుండవును నాదిపురుషుండవును భగవంతుండవును గుణత్రయాధీశ్వరుండవును నై వర్తింతువు భాగ్యహీనుండైన జీవునియందు నీగుణంబులు గలుగవు సర్వేశ్వరునందే నేమి విరుద్ధగతులై వివిధశక్తియుక్తంబు

లైన విద్యాదులానుపూర్వ్యంబునం జేసి ప్రలీనంబులగు
చుండు నట్టి విశ్వకారణంబు నేకంబు ననంతంబు నా
ద్యంబు నానందమాత్రంబు నవికారంబు నగు బ్రహ్మం
బునకు నమస్కరించెద మఱియు దేవా నీవ సర్వవిధఫలం
బని చింతించు నిష్కాము లయిన వారికి రాజ్యాదికామితం
బులలోనఁ బరమార్థం బయినఫలంబు సర్వార్థరూపుండ
వైన భవదీయపాదపద్మసేవనంబ యిట్లునిశ్చితంబ యైనను
సకాములైన దీనులను గోవు వత్సంబును స్తన్యపానంబు
సేయించుచు వృకాదిభయంబువలన రక్షించుచందంబు
నం గామపూరుండవై సంసారభయంబువలనం బాపుదు
వని యిట్లు సత్యసంకల్పుండును సుజ్ఞానియు నయిన ధ్రు
వునిచేత వినుతింపఁబడి భృత్యానురక్తుం డైన భగవం
తుండు సంతుష్టాంతరంగుఁడై యిట్లనియె 74

అర్థ. అట్లు = ఆవిధముగా; యోగనిద్రాపరవశుండవు, అయ్యు = యోగనిద్రయందు శరీరమును మరచినవాఁడవయ్యును; జీవులకంటెన్ = ప్రాణికోటికంటె, అత్యంతవిలక్షణుండవు అయి = మిక్కిలి భేదము పొందినవాఁడవు అయి; ఉందువు = ఉంటువు; అది, ఎట్లు, అనినన్ = అదియెట్లనగా; బుద్ధి, అవస్థా, భేదంబులన్ = బుద్ధియును అవస్థాభేదము చేత. అఖండితంబు అయిన స్వశక్తిన్, చేసి = చెక్కుచెడని ఆత్మశక్తిచేత; మాయ = మాయనటువంటి; లోకపాలననిమిత్తంబు = లోకములను పాలించుకొఱకు; యజ్ఞ, అధిష్ఠాతవు కావునన్ = లోకపాలనమును యజ్ఞమును పూనియున్నవాఁడవు, కావునన్ = గనుక; నీవు = నీవు; నిత్య, ముక్తుండవును = ఎల్లపుడునుబంధములేనివాఁడవును; పరిశు

ద్ధుఁడవును = పవిత్రుఁడవును ; చిత్, రూపకుండవు = జ్ఞానస్వరూపుఁడవు వును; ఆత్మవును; = సమస్త లోకములకు నాత్మవును ; కూటస్థుండవును = లోకములకు మూలమును; ఆదిపురుషుండవును = పురుషులలో మొదటి వాఁడవును; భగవంతుండవును = ఐశ్వర్యయుక్తుండవును; గుణత్రయాధీ శ్వరుండవును, అయి = సత్త్వరజస్తమోగుణములను నీయధీనమందుంచు కొన్నవాఁడవును అయి; వర్తింతువు = సంచరింతువు ; భాగ్యహీనుండు; అయిన, జీవునియందు = దరిద్రునియందు ; నీగుణములు = నీగుణములు , కలుగవు = కలుగవు; ఏ; సర్వేశ్వరుండవు, ఏన్ = ఏసర్వేశ్వరుండవు యితే, ఏమి, విశుద్ధగతుఁ, అయి = ఇట్టివిశుద్ధప్రవర్తనము గలవాఁడవు; వివి ధశక్తియుక్తంబులు అయిన = అనేకశక్తులు కలిగియున్న; విద్యాదులు = విద్యా, అవిద్య మొదలగునవి ఆనుపూర్వ్యంబుసంజేసి = ఒకదానితర్వా తనొకటి పరిలీనంబులు, అగుచుండున్ = లీనములగుచుండునో ; అట్టి = అటువంటి; విశ్వకారణంబును = విశ్వమునకు కారణమును ; ఏకంబును = ఒక్కటియును; అనంతంబును = అంతములేనిదియును; ఆద్యంబును = మొద టిదియును; ఆనందమాత్రమును = కేవలఆనందస్వరూపమును ; అవికారం బును = మార్పులేనిదియును; అగు = అయిన; బ్రహ్మంబునకు = నిర్గుణపరబ్ర హ్మంబునకు ; నమస్కరించెదన్ = నమస్కారము చేసెదను ; మఱి యున్ = ఇంకను; దేవా = ప్రభువా, నీవ = నీవే; సర్వ, విధ, ఫలంబు, అని = అన్నివిధములయిన ఫలము అని; చింతించు = నిన్ను ధ్యానించునట్టి ; నిష్కాములు అయిన వారికి = కోరికలేనివారికి; రాజ్య ఆది, కామితంబు లోనన్ = రాజ్యము మొదలగు కోరికలలో ; పరమార్థంబు అయిన = మి క్కిలియును కోరతగిన; ఫలంబు = ఫలము; సర్వార్థరూపుండవు అయిన = సకలమైన కోరికల రూపమును దాల్చియున్న; భవదీయ, పాద, పద్మ, సేవ నంబు = నీయొక్క పాదపద్మములను సేవించుటయే; ఇట్లు = ఈరీతిగా; నిశ్చితంబు, అయినను = స్థిరపడియున్నను; గోవు = ఆవు; వత్సంబును = దూడను; స్తన్యపానంబు, చేయించును = పాలుకుడిపించును, వృక,

అది, భయంబువలనన్ = తోడేళ్లు మొదలగు క్రూరజంతువుల భయము నుండి ; రక్షించుచందమునన్ = కాపాడునట్లు ; సకాములు, అయిన, దీనులన = కోరికలుగల దీనులను కాముప్రదుండవై వారి కోరికలను ఇచ్చుచు ; సంసారభయంబువలనన్ = సంసారభయమునుండి ; పాపుదువు, అని = విడిపింతువని; ఇట్లు = ఈరీతిగా; సత్యసంకల్పుండును = సత్యమే సంకల్పముగా కలవాడును; సుజ్ఞాశయు = మంచివిజ్ఞానముకలవాడును, అయిన = అయిన, ధ్రువునిచేత = ధ్రువునిచేత; వినుతింపఁబడి = స్తుతింపబడి ; భృత్యఅనురక్తుండుఆయిన = దాసులయందు ప్రేమగల; భగవంతుడు = శ్రీహరి ; సంతుష్ట, అంతరంగుడు, అయి = సంతోషించినమనస్సుగలవాడయి; ఇట్లుఅనియెన్ = ఈరీతిగాపలికెను

తా. స్పష్టము.

క. ధీరవ్రత రాజన్యకు
మారక నీహృదయమందు • మసలినకార్యం
బారూఢిగా నెఱుంగుదు
నారయ నది పొందరాని • దైనను నిత్తున్. 75

అర్థ. ధీరవ్రత = ధైర్యమేవ్రతముగా గలవాఁడా; రాజన్యకుమారక = క్షత్రియపుత్రుఁడా; నీ, హృదయమందు = నీమనస్సులో ; మసలిన = ఉండిన; కార్యంబు = కోరిక, ఆరూఢిగాన్ = బాగుగా; ఎఱుంగుదున్ = తెలిసికొనియున్నాను ; అరయన్ = పరీక్షింపగా ; అది = ఆ కోరిక ; పొందరానిది అయినను = సాధ్యముకానిదైనను ; ఇత్తున్ = ఇచ్చెదను.

తా. ఓయి ధ్రువుఁడా నీమనస్సులోనున్నకోరిక నాకు బాగుగా తెలియును అదిపొంద శక్యముకానిదైనను నీకు దాని నిచ్చెదను.

వ. అది యెట్టిదనిన నెందేని మేధియందుఁ బరిభ్రామ్యమాణ
గోచక్రంబునుం బోలె గ్రహనక్షత్రతారాగణజ్యోతి

శ్చక్రంబు నక్షత్రరూపంబులయినధర్మాగ్నికశ్యపశక్రులును
సప్తర్షులును దారకాసమేతులై ప్రదక్షిణంబు దిరుగుచుం
డుదురట్టిదురాపంబును ననన్యాధిష్ఠితంబును లోకత్రయ
ప్రళయకాలంబునందు నశ్వరంబు గాక ప్రకాశమానం
బును నయినధ్రువక్షితి యనుపదంబు ముందట నిరువది
యాఱువేలేండ్లు ననం బ్రాపింతువు తత్పదప్రాప్తిపర్యం
తంబు భవదీయజనకుండు వనవాసగతుండైనం దద్రా
జ్యంబు పూజ్యంబుగా ధర్మమార్గంబున జితేంద్రియుండ
వై చేయుదువు భవదనుజుం డగునుత్తముండును మృగయా
ర్థంబు వనంబునకుం జని మృతుండగుం దదన్వేషణార్థం
బు తదాహితచిత్తయై తన్మాతయు వనంబునకుం జని
యందు దావదహననిమగ్నయగు వెండియు. 76

అర్థ. అది = ఆకోరిక; ఎట్టిదనినన్ = ఎటువంటిదనగా; ఎంతే నిన్ = ఎప్పుడైనను; మేధియంబున్ = బుద్ధిమంతులయందు; పరిభ్రామ్యమాణ = తిరుగుచుండు; గోచక్రంబునున్, పోలెన్ = భూచక్రమువలె; గ్రహ, నక్షత్ర, తారాగణ, జ్యోతిష్చక్రంబు = నవగ్రహాదులు, నక్షత్రములు ఉపగ్రహములు జ్యోతిస్చక్రము; నక్షత్రరూపంబులు = నక్షత్రరూపములు కలిగిన; ధర్మ, అగ్ని, కశ్యప శక్రులును = యముడు, అగ్ని, కశ్యపబ్రహ్మ, యింద్రుడును సప్తఋషులును = ఏడుగురు మహాఋషులును; తారకాసమేతులై = నక్షత్రములతో గూడి; ప్రదక్షిణంబు, తిరుగుచుండుదురు = ప్రదక్షిణము చేయుచుందురో, అట్టి = అటువంటి; దురాపంబును = పొంద శక్యము గానిదియు అనన్య, అధిష్ఠితంబును = ఇతరులచే పొందబడనట్టిదియు; లోకత్రయ, ప్రళయకాలమునందు = మూం

డులోకములును నశించునప్పుడు ; వశ్వరంబు, కాక = నశించక ; ప్రకాశ మానంబును అయిన = ప్రకాశించుచుండునట్టి ; ధ్రువక్షితి, అను, పదంబున్ = ధ్రువమండలమగు స్థానమును, ఉంపటన్ = యికముందు; ఇరువదియారువేల యేండ్లు = 2000 సంవత్సరములు ; చనన్ = కడచినపిదప; ప్రాపింతువు = పొందుదువు; తత్, పద, ప్రాప్తి, పర్యంతంబు = ఆ స్థానము లభించువఱకును ; భవదీయ, జనకుండు = నీతండ్రి; వనవాసగతుండు అయినన్ = వానప్రస్థాశ్రమమునకు పోఁగా; తత్, రాజ్యంబు = అతనిరాజ్యమును పూజ్యంబుగాన్ = పొగడఁదగినట్లుగా; ధర్మమార్గంబునన్ = ధర్మముతో ; జితేంద్రియుండవు అయి = ఇంద్రియములను జయించినవాడవయి; చేయూదువు = పాలింతువు; భవత్, అనుజుఁడు అగు ఉత్తముండు = నీతమ్ముఁడైనయుత్తముఁడు; మృగ, అగ్రంబు = వేటకొఱకు; వనంబునకు, చని = అడవికిపోయి ; మృతుండు అగున్ = మృతినొందును ; తత్; అన్వేషణ, అర్థంబు = అతనిని వెదకుటకై. తత్, ఆహిత, చిత్త, అయి = అతనియందుంచఁబడిన మనస్సుకలదై; తత్, మాతయున్ = అతని తల్లియును. వనంబునకున్. చని = అడవికిపోయి అందు = ఆఅడవిలో. దావ, దహన, నిమగ్న అగును = కారుచిచ్చులోపడును. వెండియున్ = మఱియును.

తా. స్పష్టము.

సీ. అనఘాత్మ మఱి నీవు • యజ్ఞరూపుం డవఁ
దగు నన్ను సంపూర్ణ • దక్షిణంబు
లగుమఖంబులచేత • నర్పించి సత్యంబు
లగునిహసౌఖ్యంబు • లనుభవించి
యంత్యకాలమున న • న్నాత్మఁ దలంచుచు
మఱి సర్వలోకన • మస్కృతమును

మహిఁ బునరావృత్తి రహితంబు సప్తర్షి
మండలోన్నత మగు • మామకీన
తే. పదము దగఁ బొందఁ గలవని • పరమపురుషుఁ
డతని కభిలషి తార్థంబు • లర్థి నిచ్చి
యాతఁడు గనుఁగొను చుండంగ • నాత్మపురికి
గరుడగమనుఁడు వేంచేసెఁ • గౌతుకమున 77

అర్థ. అనఘ, ఆత్మ = పాపములేనివాఁడా; ధ్రువుఁడా మతి = ఇంకను, నీవు = నీవు ఇష్టరూపుండవు; అవఁపుడు, నన్నున్ = యజ్ఞమేశ్వరూపముగాఁగల నన్ను సంపూర్ణ దక్షిణలు గల, మఖంబుల చేతన్ = [illegible] దక్షిణలిచ్చి యజ్ఞములను చేసి, అర్చించి = నన్ను పూజించి సత్యంబులు, అగు, ఇహసౌఖ్యంబులు, అనుభవించి = సత్యమైన ఇహలోకసౌఖ్యముల ననుభవించి. అంత్యకాలమునన్ = మరణకాలమునందు నన్నున్. ఆత్మన్ తలంచుచున్ = నన్ను మనస్సులోఁ దలఁచికొని, మతి = ఇంకను. సర్వలోక, నమస్కృతమును = సమస్తలోకములచేతను నమస్కరింపఁబడినదియును మహిన్ = భూమియందు పునరావృత్తి రహితంబు = పునర్జన్మము లేనట్టియు సప్తర్షి మండల, ఉన్నతమును, ఐన = సప్తఋషులస్థానమంతటి ఎత్తునదియును అయిన, మామకీన, పదమును = నాస్థానమును (అనఁగా విష్ణుపదమును, ఆకాశమును); తగన్, పొందన్, కలవు, అని = తప్పక చేరఁగలవని పరమపురుషుఁడు = పురుషోత్తముఁడైన శ్రీమహావిష్ణువు అతని = ధ్రువుని. అభిలషిత, అర్థంబుల = కోరినకోరికలను అర్థిన్ = ప్రీతితో. ఇచ్చి = ఇచ్చి అతఁడు, కనుఁగొనుచుండంగన్ = ఆధ్రువుఁడు చూచుచుండఁగనే. గరుడగమనుఁడు = గరుడవాహనుఁడైన శ్రీహరి ఆత్మపురికిన్ = తన వైకుంఠపురమునకు. వేంచేసెన్ = వెడలిపోయె,

ను

తా. ఓ బాలధ్రువుఁడా! నేను యజ్ఞస్వరూపుఁడను, అట్టినన్ను నీవు బహువిధ యజ్ఞములచేత పూజించి, ఇహసౌఖ్యముల ననుభవించి, మరణకాలమున నన్ను స్మరించుచు, సప్తర్షిమండలోన్నతమైన నాస్థానమును పొందఁగలవు అని వానికి పురుషోత్తముఁడాతని కోరినవరము లిచ్చి గరుడారూఢుఁడై, అతఁడు చూచుచుండగనే వైకుంఠపురమునకు పోయెను.

తే. అంత ధ్రువుఁడును బంకేరు • హాక్షుపాద
కమలసేవాప్రాప్తిత • ఘనమనోర
థములఁ దనరియుఁ దనదుచి • త్తంబులోనఁ
దుష్టిఁ బొందక చనియెవి • శిష్టచరిత. 78

అర్థ. అంతన్ = అప్పుడు. ధ్రువుఁడును = ధ్రువుఁడుకూడ. పంకేరుహాక్షు, పాదకమల సేవా ప్రాప్తిత, ఘన, మనోరథములన్ = పుండరీకాక్షుని పాదపద్మములను సేవించుటచే పొందఁబడిన గొప్పవరములతో తనరియున్ = ఒప్పినప్పటికిని అనదు, చిత్తంబులోనన్ = తనమనస్సులో తుష్టిన్, పొందక = సంతోషింపక చనియెన్ = పోయెను.

తా. విదురుఁడా! అప్పుడు ధ్రువుఁడు శ్రీహరి పాదపద్మసేవనముచేత గొప్పవరములను పొందియుం దన మనస్సున సంతోషింపకుండెను.

క. అని మైత్రేయుఁడు ధ్రువుఁడ
ట్లనయము హరిచేఁ గృతార్థుఁ • డైనవిధంబె
ల్లను వినుపించిన విదురుఁడు
విని మునివరుఁ జూచి పలికె వినయం బెసఁగన్. 79

అర్థ. అని = ఈప్రకారముగా. మైత్రేయుఁడు = మైత్రేయుఁడు. ధ్రువుఁడు = ధ్రువుఁడు అట్లు = ఆరీతిగా. అనయము = శాశ్వతముగా, హరిచేన్ = విష్ణుమూర్తిచేత. కృతార్థుఁడు అయిన, విధంబు, ఎల్లను = తన

కోరికలను పొందినప్రకారమంతయును. వినుపించినన్ = తెలుపఁగా, విదురుఁడు = విదురుఁడు విని = విని. మునివరున్, చూచి — మునిశ్రేష్ఠుఁడైన మైత్రేయునిఁజూచి. వినయంబు, ఎసఁగన్ = ఎక్కువవినయముతో. పలికెన్ = పలికెను.

తా. ధ్రువుఁడు విష్ణుమూర్తిచే వరమును పొందినప్రకారమును మైత్రేయుఁడు చెప్పగా విని విదురుఁడతనితో నిట్లనియె.

క. మునినాయక విను కాముక
జనదుష్ప్రాపంబు విష్ణు • చరణాంబురుహా
ర్చన మునిజనసంప్రాప్యము
ననఁగలపంకేరుహాక్షు • నవ్యయపదమున్. 80

అర్థ. మునినాయక = మునిశ్రేష్ఠుఁడా! విను = వినుము. కాముక జన దుష్ప్రాపంబు = కోరికలుగలవారిచేపొందఁగా రానట్టియు. విష్ణు, చరణ, అంబురుహ, అర్చన, మునిజన, సంప్రాప్యమున్ = విష్ణుమూర్తి పాదపద్మములను సేవించు మునులచే పొందఁదగినట్టిదియు. అనఁగల = చెప్పఁదగు పంకేరుహాక్షు, అవ్యయపదమున్ = పుండరీకాక్షుని, నాశనములేని పదవిని [ముందుపద్యముతో నన్వయము.]

తా. ఓమైత్రేయా! ఫలాపేక్షగలవారికి పొందరానట్టియుఁ విష్ణుసేవానిరతులగు మునులచే పొందఁదగినట్టిదియు శ్రీవిష్ణుమూర్తియొక్కయవ్యయపదమును (ముందుపద్యముతో నన్వయము.)

వ. పెక్కుజన్మంబుల గాని పొంద రానిపదంబు దా నొ
క్కజన్మంబుననే పొందియుం దవమానంబునం దప్రాప్త
మనోరథుండ నని పురుషార్థవేది యైనధ్రువుం డెట్లు
దలంచె ననిన మైత్రేయుండిట్లనియె. 81

అర్థ. పెక్కు జన్మంబులన్, కాని, పొందరాని, పదంబు = అనేకజన్మము లెత్తినపిదపగాని లభింపరానిస్థానమును ; తాను, ఒక్కజన్మమునన్, పొందియున్ = తానొక్కజన్మములోనే పొందినప్పటికిని; తన మనంబునందు = తనమనసులో ; అప్రాప్తమనోరథుండను, అని = కోరికి బడసినవాఁడను కానని; పురుషార్థవేది అయిన, ధ్రువుండు = ధర్మార్థకామమోక్షముల ప్రయోజన మెఱింగినధ్రువుఁడు ; ఎట్లు తలంచెన్ = ఎట్లు అనుకొనెను ; అని పలుకంగాన్ = అని పలుకఁగా ; మైత్రేయుండు ఇట్లు అనియెన్ = మైత్రేయుఁ డిట్లు పలికెను.

తా. స్పష్టము.

తే. అనఘ పినతల్లి దన్నుఁ బ • ల్కినదురుక్త
బాణవిద్ధాత్ముఁ డగుచుఁ • దద్భాషణములు
చిత్తమందుఁ దలంచుటఁ • జేసి ముక్తి
కోరమికి నాత్మలో వగఁ • గూరుచుండె 82

అర్థ. అనఘా = పాపములేనివాఁడా ; పినతల్లి = సవతితల్లియైన సురుచి; తన్నున్, పల్కిన = తన్నుఁ గూర్చి పలికిన ; దురుక్త, బాణ, విద్ధ, ఆత్ముఁడు = అగుచున్ = దుర్భాష లనుబాణములచే కొట్టఁబడిన మనస్సు గలవాఁడై ; తత్, భాషణములు = ఆమాటలను ; చిత్తమందున్, తలంచుటన్, చేసి = మనస్సులో తలఁచుటచేత ; ముక్తిన్, కోరమికిన్ = ముక్తిని కోరకుండుటకు ; ఆత్మలోన్ = మనస్సులో ; వగన్, కూరుచుండెన్ = ఎక్కువ విచారింపసాగెను.

తా. విదురుఁడా! ధ్రువుఁడు పినతల్లి తన్నాడిన మాటలను తలంచుచు శ్రీహరి ప్రత్యక్షమగునప్పుడు ముక్తిని కోరనైతిఁగదా యని మిక్కిలి చింతించుచుండెను.

వ. అంత నాధ్రువుండు. 83

అర్థ. అంతన్ ఆ, ధ్రువుండు = పిమ్మట ఆధ్రువుఁడు.

చ. అనఘుజితేంద్రియుల్ సుమహా◆త్ములునైన సనందనాదు లెం
దనయము నైకజన్మసము◆పార్జిత యోగసమాధిఁ జేసి యె
వ్వనిచరణారవిందములు◆ వారనిభక్తి నెఱుంగుచుందు రా
ఘనుఁ బరమేశు నీశు నవి◆కారు నమేయు నజయ్యు నాద్యునిన్.

అర్థ. అనఘా, జితేంద్రియుల్ = పాపములను వదలి యింద్రియములను జయించినవారును; సుమహాత్ములును, అయిన = మహానుభావులును అయిన; సనందనాదులు = సనందనాదిమహాత్ములు; ఎందున్, అనయమున్ = ఎల్లప్పుడును; న,ఏకజన్మ, సముపార్జిత, యోగసమాధిన్ చేసి = అనేకజన్మములలో యోగమునందు స్థిరులై యుండి; ఎవ్వని, చరణ, అరవిందములు = ఎవని పాదపద్మములను; వారనిభక్తిన్ = ఎడతెగనిభక్తితో; ఎఱుంగుచుందురు = తెలిసికొనుచుందురో; ఆ, ఘనున్ = ఆగొప్పవానిని; పరమేశున్ = పరమేశ్వరుని; ఈశున్ = లోకపాలకుఁడైనవానిని; అవికారున్ = మార్పులేనట్టివానిని; అమేయున్ = పరిమితిలేనివానిని; అజయ్యున్ = జయింపశక్యముకానివానిని; ఆద్యునిన్ = జగమునకు మొదటివానిని- (ముందుపద్యముతో నన్వయము)

తా. పాపరహితులయి, యింద్రియనిగ్రహము కలిగి, మహానుభావులైన సనందనాది మహాత్ములు పెక్కుజన్మములందు యోగసమాధిలో నిలిచి శ్రీహరి పాదపద్మములను తెలిసికొనుచుందురు అట్టిపరమేశ్వరుని, (ముందుపద్యముతో నన్వయము)

వ. ఏను షణ్మాసంబులు భజియించి తత్పాదపద్మచ్ఛాయం
బ్రాపించియు భేదదర్శనుండ నైతి నకటా యిట్టిభాగ్య
హీనుండ నైన యేను భవనాశకుం డైన యతనిం బొడగ
నియు నశ్వరంబు లైన కామ్యంబు లడిగితి నిట్టిదౌరాత్మ్యం
బెందేనిం గలదే తమ పదంబులకంటె నున్నతపదంబునం

బొందుదునో యని సహింపం జాలని యీ దేవతలచేత మదీయమతి గలుషితం బయ్యెంగాక నాఁడు నారదుం డాడినమాట తథ్యంబయ్యె నతనివాక్యంబు లంగీకరింపక యే నసత్తముండనై స్వప్నావస్థం బొందినవాఁడు దైవికంబైనమాయం జెంది భిన్నదర్శనుం డగు చందంబున నద్వితీయుండ నైనను భ్రాంతియను శత్రువుచేఁ బ్రాప్తంబైన దుఃఖంబు నొంది జగదాత్మకుండును సుప్రసాదుండును భవనాశకుండును నైన యీశ్వరు నారాధించి తత్ప్రసాదంబు వడసియు నాయుర్విహీనుం డైన రోగికిం బ్రయోగించు నౌషధంబుం బోలె నిరర్థకంబులై నశ్వరంబు లైన యీకామితంబులు గోరితి నని వెచ్చెను. 85

అర్థ. ఏను = నేను ; షట్, మాసంబుల = ఆఱు నెలలమాత్రము ; భజించి = సేవించి ; తత్ పాదపద్మచ్ఛాయన్ = అతని పాదపద్మముల డను ; ప్రాపించియున్ = చేరియు ; భేదదర్శనుండను అయితిన్ = భేదబుద్ధిగలవాఁడనై యుంటిని (అనఁగా నేను తక్కువవాఁడను నాసోదరుఁ డెక్కువవాఁడు, సురుచి నన్ను ద్వేషించుచున్నది మొదలగు భావమును పొందితిని;) అక్కటా = అయ్యో ; ఇట్టి, భాగ్యహీనుండను, అయిన, ఏను, ఇట్టిదురదృష్టవంతుండ నగు నేను ; భవనాశకుండయిన, అతనిన్, పొడఁగనియున్ = జన్మములేకుండ చేయు నాయీశ్వరుని చూచియు ; నశ్వరంబులు అయిన, కామ్యంబులు, అడిగితిన్ = నాశనము పొందుకోరికలను అడిగితిని; ఇట్టి [illegible]ంబు ఎందేనిన్, కలదే = ఇట్టి నేనుబుద్ధి [illegible], తనపదంబులకంటెన్ = తమస్థానములకంటె ; ఉన్నతంబులను, పొందుదునో, అని = ఎక్కువస్థాన

మును పొందుదు నేమో యని; సహింపజాలని = ఓర్వలేని ; ఈదేవతల చేత = ఈదేవతలయొక్క ; మదీయ, మతి = నాబుద్ధి ; కలుషితంబయ్యెన్ , కాక = చెడిపోయినది కాని , నాకు = పూర్వకాలమందు ; నారదుండు, ఆడినమాట = నారదుఁడు చెప్పినమాట ; తథ్యంబు అయ్యెన్ = నిజమాయెనది ; అతనివాక్యంబులు, అంగీకరింపక = అతనిమాటలను, వినక ; ఏను = నేను; ఆసత్, తమ్ముండను, అయి = మాయలోమునిఁగి; స్వప్నావస్థలన్, పొందినవాఁడు = కలఁగనుచున్నవాఁడు; దైవకంబు, ఐన మాయన్, చెంది = ఈశ్వరమాయచేత ; భిన్నదర్శనుండు అగుచుండంబునన్ = భేదబుద్ధితో చూచువాఁడనగుటచేత ; అద్వితీయుండను , అయినను = నాకంటె నితరుఁడు లేఁడను జ్ఞానము కలిగినవాఁడనయినను ; భ్రాతృ, అనుశత్రువుచేన్ = అన్న అనుశత్రువుచే; ... కలిగిన; దుఃఖంబున్ = దుఃఖమును; పొంది = పొంది ; జగత్ ఆత్మకుండును = జగత్తునకు ఆత్మవంటివాఁడును; సు, ప్రసాదుండును = మంచివరముల నిచ్చువాఁడును; భవనాశకుండును = జన్మములేకుండ చేయువాఁడును; అయిన = అయిన; ఈశ్వరున్ = శ్రీహరిని, ఆరాధించి = పూజచేసి ; తత్ ప్రసాదంబున్, పడసియున్ = అతని యనుగ్రహము సంపాదించియును ; అదృష్టహీనుండను, అయిననాకున్ = అదృష్టహీనుఁడైన నాకు ; ప్రయోగింపు = ఇచ్చు, ఔషధంబున్ పోలెన్ = మందువలె , నిరర్థకంబులు = నిష్ప్రయోజనంబులగు ; వర్గంబులు, అయిన = నాశనముపొందు; ఈకామితంబులు, కోరితిన్ = ఈకోరికలను కోరితిని అని వెండియున్ = మఱియును.

తా॥ స్పష్టము

సీ॥ ధనహీనుండున్నృపాలుఁ జేరియడుగఁగా • దారొక్క కన్నచో లేశమి
మ్మని యర్థించినరీతి ముక్తిఫలదుఁ • డైన సట్టివంకేజలో
చనుఁడే చాలఁబ్రసన్నుఁడైన నతనిఁ • సాంసారికంబర్థిఁగో
రిన నావంటివిమూఢమానసు ఖా • త్రిజగద్ది రేమొప్పరు గా

అర్థ. ధనహీనుండు = నిరుపేద. నృపాలున్, చేరి = రాజువద్దకు వెళ్లి ; అడుగన్, తారొక్కచోన్ = రాజెదురుపడియుండఁగఁగానే ; లేశము, ఇమ్మని = కొంచెము ధనమిమ్మని ; అర్థించినరీతిన్ = కోరినట్లు ; ముక్తిఫలదుండు అయినట్టి = మోక్షమునే ఫలముగానిచ్చునట్టి . పంకేజలోచనుఁడే = పుండరీకాక్షుఁడగు విష్ణుమూర్తియే చాలన్, ప్రసన్నుఁడై, అయినన్ = నాకు వరముల నిచ్చుటకు సుముఖుఁడయియుండఁగా. అతనిన్ = అతనిని . సాంసారికంబు = ఇహలోకసంబంధమైన కోరికను . అర్థిన్ = కోరికతో . కోరిన = కోరినట్టి . నావంటి, విమూఢ, మానసులు = నావంటి బుద్ధిహీనులు. ధాత్రిన్ = భూమియందు ఎవ్వరున్ = ఎవరైనను. కలరే = కలరా.

తా. దరిద్రుఁడు రాజుమ్రోలనిలువఁబడి అతఁడు నీకేమి కావలయునో కోరుకొనుమని యడుగగా నాకు కొంచె మిమ్మని యడిగినట్లు వరములలో నెల్ల నుత్తమమగు మోక్షము నిచ్చు శ్రీహరి నాకు ప్రసన్నుఁడయియుండఁగా నేను మోక్షమును కోరక తుచ్ఛమైన ఐహికవరమును కోరుకొంటిని నాకంటె బుద్ధిహీనుఁ డెవఁడైన నుండునా ?

ధ్రువుండు మరలఁ దన పురంబునకు వచ్చుట

సీ. అని యిట్లు చింతించె ऽ ననుచు న మ్మైత్రేయ
మునివిదురునకు నిట్లనియెఁ దండ్రి
కమనీయహరిపాద ऽ కమలరజోభిసం
స్కృతశరీరులును యా ऽ దృచ్ఛికముగ
సంప్రాప్తమగుదాన ऽ సంతుష్టచిత్తులై
వఱలుచు నుండు మీ ऽ వంటివారు
దగ భగవత్పాద ऽ దాస్యంబు దక్కంగ
నితరపదార్థమే ऽ యొడలయందు

తే. మఱచియును గోర నొల్లరు ♦ మనుచరిత్ర
తవిలి యిట్లు హరిప్రసా ♦ దంబు నొంది
మరలి వచ్చుచు నున్నకు ♦ మారువార్త
జారుచే విని యుత్తాన ♦ చరణుఁ డంత. 87

అర్థ. అని, యిట్లు = అని యీరీతిగా చింతించెన్ అనఁదున్ = ఆలోచించెనని. మైత్రేయుఁడు = మైత్రేయమహర్షి. విదురునకున్, ఇట్లు అనియెన్ = విదురునితో నిట్లు పలికెను; తండ్రి = పూజ్యుఁడవైన విదురుఁడా. కమనీయ, హరి, పాదకమల, రజస్, అభిసంస్కృత, శరీరులును = సుందరమైన శ్రీహరి పాదపద్మములయందలి పుప్పొడిచే పవిత్రములుగా చేయఁబడిన శరీరములు గలవారును యాదృచ్ఛికలాభగన్ = యథార్థముగా. సంప్రాప్తము, అగు, దానన్ = సంప్రాప్తమయిన దానితో. సంతుష్టమనస్కులు, అయి = సంతోషించిన మనస్సుగలవారయి. విఱుచుచుక్. ఉండు, మీవంటివారు = ఒప్పుచుండు మీవంటివారు. మను చరిత్ర = మనువంటి చరిత్రము గల విదురుఁడా. తగన్ = ఒప్పునట్లు. భగవత్ పాదదాస్యంబు, తక్కంగన్ = భగవత్ పాదసేవతప్ప. ఇతర పదార్థము = మఱియొకటి. ఏమొదల నుండున్ = ఎట్టిసమయములందును. మఱచియును = పరాకునకైనను. కోరన్, ఒల్లరు = కోరరు. తవిలి = పూనికతో. ఇట్లు = ఈరీతిగా. హరిప్రసాదంబున్, ఒంది = శ్రీహరిదయను సంపాదించి. మఱలి, వచ్చుచున్, ఉన్న, కుమారు, వార్తన్ = తిరిగివచ్చుచున్న కొడుకుసంగతిని. చారుచేన్, విని = దూతవలన విని. ఉత్తానచరణుఁడు = ఉత్తానపాదుఁడు. అంతన్ = అప్పుడు (ముందు పద్యముతో నన్వయము)

తా. అని యిట్లు ఆలోచించెను. మైత్రేయుఁడు విదురునితో, అయ్యా, తండ్రీ, యిట్లు శ్రీహరిపాదపద్మరజస్సుచే పవిత్రములయిన శరీరములుగలవారలు. యాదృచ్ఛికముగ లభించిన దానితో సంతోషించి ఎట్టి,

సమాధులందును భగవత్సేవఁదప్ప నితరమును గోరక. ఈరీతిగా తపస్సు చేసి శ్రీహరిదయను సంపాదించి తిరిగివచ్చుచున్న తనకుమారుడగు ధ్రువునిసంగతి దూతవలనవిని, ఉత్తానపాదుఁ డప్పుడు (ముందుపద్యముతో నన్వయము)

వ. మనమున నిట్లని తలంచె. 88

అర్థ. మనంబునన్, ఇట్లు, అని, తలంచెన్ = మనస్సులో ఈరీతిగా తలంచెను.

క. చచ్చినవారల క్రమ్మఱ
వచ్చుటయే కాక యిట్టి వార్తలు గలవే
నిచ్చలు నమంగళుఁడ నగు
నిచ్చట మఱి నాకు శుభము లేల ఘటించున్. 89

అర్థ. చచ్చినవారలు = మృతినొందినవారు. క్రమ్మఱన్ = మరల. వచ్చుటయేకాక = వచ్చుటయొక్కటయే కాక. ఇట్టివార్తలుకలవే = అతఁడువరమును పొందివచ్చుచున్నాఁడనుట వింతగాదా. నిచ్చలున్ = ఎల్లప్పుడును. అమంగళుఁడను, అగు = అశుభమునే పొందుచుండు. నాకు = నాకు. ఇచ్చట = ఇప్పుడు మఱి = ఇంకను. శుభములు, ఏల, ఘటించుచున్ = శుభములు కలుగునా ?

తా. చచ్చినవారు తిరిగిబ్రతుకుటయేగాక గొప్పవరములను సంపాదించి వచ్చిరనువార్త యెంతవింతైనదో ? దురదృష్టవంతుఁడనగు నాకు శుభములు కలుగునా ?

క. అని విశ్వసింపకుండియు
మనమున నా నారదుఁడు గుమారుఁడు వేగం
బున రాఁగలఁ డనుచును బలి
కినపలుకులు దలఁచి నమ్మి కృతకృత్యుండై. 90

అర్థ. అని = అని. విశ్వసింపకుండియు = నమ్మకయున్నను. మనమునన్ = మనస్సులో. ఆనారదుఁడు = ఆనారదమహర్షి. కుమారుఁడు = తనకొడుకైన ధ్రువుఁడు వేగంబునన్, రాఁగలఁడు అనుచును, పలికిన, పలుకులు = శీఘ్రముగా వచ్చునని చెప్పినమాటలు. తలంచి = స్మరించి. నమ్మి = విశ్వాసముగలవాఁడయి. కృతకృత్యుఁడు, అయి = ధన్యుఁడై. (ముందుపద్యముతో నన్వయము)

తా. అతఁడు తొలుతనమ్మకున్నను తనకుమారుఁడు శీఘ్రముగా మఱలివచ్చునని నారదుఁడు చెప్పినమాటను తలంచి విశ్వసించినవాఁడయి (ముందుపద్యముతో నన్వయము.)

క. తనసుతుని రాక సెప్పిన
ఘనునకు ధనములును మౌక్తికప్రహారములున్
మన మలర నిచ్చి తనయునిఁ
గనుఁగొనుసంతోషమాత్మఁ గడలుకొనంగన్. 91

అర్థ. తనసుతుని, రాక = తనకుమారుఁడు వచ్చుటను, చెప్పిన = చెప్పినట్టి. ఘనునకున్ = ఆ చారునకు. ధనములును = ధనమును. మౌక్తికప్రహారములున్ = ముత్యాలహారములును. మనము, అలరన్, ఇచ్చి = మనస్సుసంతోషించినట్లు ఇచ్చి. తనయునిన్ = కనుఁగొను, సంతోషము = కొడుకును చూచు సంతోషము. ఆత్మన్ = మనస్సులో. కడలుకొనంగన్ = ఉప్పొంగుచుండగా (ముందుపద్యముతో నన్వయము)

తా. తనకొడుకు వచ్చుచున్నాఁడని దూతకు బహుమానము లిచ్చి కొడుకును చూచెడు సంతోషము అతిశయించుచుండగా (ముందుపద్యముతో నన్వయము)

సీ. వలను మీఱిన సైంధవంబులఁ బూన్చిన
కనకరథంబు నుత్కంఠ నెక్కి

బ్రాహ్మణకులవృద్ధ • బంధుజనామాత్య
పరివృతుం డగుచు వి • స్ఫురణ మెఱసి
బ్రహ్మనిర్ఘోషతూ • ర్యస్వనశంఖకా
హళవేణురవము లం • దంద చెలఁగ
శిబిక లెక్కియు విభూ • షితలై సునీతిసు
రుచు లుత్తముండు నా • రూఢి నడవ

తే. గరిమ దీపింప నతిశీఘ్ర • గమన మొప్ప
నాత్మనగరంబు వెలువడి • యరుగు చుండి
బలసి నగరోపవనసమీ • పంబునందు
వచ్చు ధ్రువుఁ గని మేదినీ • శ్వరుఁడు సంత. 92

అర్థ. వలనుమీఱిన సైంధవంబులన్, పూన్చిన = సొగసైన గుఱ్ఱములను కట్టిన ; కనకరథంబున్ = బంగారురథమును ; ఉత్కంఠతన్ = ఎక్కువప్రీతితో ; ఎక్కి = ఎక్కి ; బ్రాహ్మణ, కులవృద్ధ, బంధుజన, అమాత్య, పరివృతుండు ; అగుచున్ = బ్రాహ్మణులు, కులపెద్దలు, బంధువులు, మంత్రులు, మొదలగువారిచే అనుసరింపఁబడి ; విస్ఫురణ మెఱసి = మిక్కిలి వేడుకతో ; బ్రహ్మనిర్ఘోష, తూర్యస్వన, శంఖ, కాహళ, వేణురవములు = వేదఘోషము, తూర్యారావములును, శంఖములు, బూరకాలు పిల్లనగ్రోవులు మొదలగు వానిధ్వనులును ; అందంద చెలఁగన్ = అచ్చటచ్చట మ్రోగుచుండఁగా ; శిబికలు ఎక్కియున్ = పల్లకిలెక్కి ; విభూషితలు, ఐ = అలంకరించుకొని ; సునీతి, సురుచులు, ఉత్తముండున్ = తన భార్యలగు సునీతి, సురుచులును కొడుకైన యుత్తముఁడును ; ఆరూఢిన్, నడవన్ = వచ్చుచుండఁగా ; గరిమదీ

పింపన్ = గొప్పతనము కనబడునట్లు ; అతి శీఘ్రముగమనము, ఒప్పన్ = మిక్కిలివేగముగా; ఆత్మనగరంబు, వెలువడి = తనపట్టణమును విడిచి ; అరుగుచుండి = పోవుచు; బలసి = గుంపుగాఁగూడి; నగర, ఉపవన, సమీపంబునందు = పట్టణమునకు అంటియున్న యుద్యానవనముదగ్గర ; వచ్చు ధ్రువున్, కని = ఎదురుగా వచ్చుచున్న ధ్రువుని జూచి ; మేదినీశ్వరుడున్, అంతన్ = రాజున్ను (ముం॰ పద్యముతో నన్వయము)

తా మంచిగుఱ్ఱములు పూన్చిన బంగారురథము నెక్కి బ్రాహ్మణులు, కులవృద్ధులు, బంధుజనులు, మొదలగువారు తన్ను చుట్టుకొలువ వేదఘోషణములును తూర్య, శంఖ, కాహళ వేణుధ్వనులును నొప్పుచుండ, మహిషులును ఉత్తమములగు పల్లకులతో వచ్చుచుండ, రాజు తనపురము వెడలి నగరము సమీపమునయున్న ఉద్యానవనముదగ్గర, తనకెదురుగా వచ్చుచున్న ధ్రువునిజూచి రాజు (ముందుపద్యముతో నన్వయము)

చ. అరదముడిగ్గి ప్రేమదొలఁకాడ ససంభ్రముఁడై రమామనో
హరుచరణారవిందయుగ ళార్చననిర్దళితాఖిలాఘు నీ
శ్వరకరుణావలోకన సుజాతసమగ్ర మనోరథుఁగా సుతుం
గరమనురక్తిడాసిపులకల్ నవలొత్తఁగ బ్రమోదితాత్ముఁడై.

అర్థ. అరదము, డిగ్గి = రథముదిగి ; ప్రేమతొలఁకాడన్ = ప్రేమ హెచ్చుచుండఁగా, ససంభ్రముఁడై = తొట్రుపాటుతో ; రమామనోహరు = లక్ష్మీప్రియుఁడగు శ్రీహరియొక్క; చరణ, అరవింద, యుగళ, అర్చన, నిర్దళిత, అఖిల, అఘున్ = పాదపద్మములజతను సేవించుటవలన సమస్తపాపములను పోగొట్టుకొనినవానిని ; ఈశ్వర, కరుణా, అవలోకన, సుజాత, సమగ్ర, మనోరథున్ = భగవద్భక్తిచేత సంపాదింపఁబడిన సమస్తమనోరథములు కలవానిని ; సుతున్ = కొడుకును , కరము అనురక్తి, డాసి = మిక్కిలి ప్రేమతో దగ్గరకు వెళ్ళి పులకల్, నవలొ

త్రన్ = ఒళ్లు గగుర్పాటొందగా; ప్రహృష్టాత్ముఁడై = సంతోషించిన మనస్సుకలవాఁడయి (ముందుపద్యముతో నన్వయము)

తా. రథముదిగి మిక్కిలి ప్రేమతో శ్రీహరిపాదపద్మ సేవవలన సమస్తపాపములను పోఁగొట్టుకొని ఆతనికరుణవలన సమస్తవరములను సంపాదించినకొడుకగు ధ్రువునియొద్దకు మిక్కిలి యనురాగముతో పోయి, ఒడలుగగుర్పొడువఁగా సంతోషించినమనస్సుతో [ముందు పద్యముతో నన్వయము]

తే. బిగియఁ గౌఁగిటఁ జేర్చి నె • మ్మొగము నివిరి
శిరము మూర్కొని చుబుకంబు • చేతఁ బుణికి
యవ్యయానందబాష్పధా • రాభిషిక్తుఁ
జేసి యాశీర్వదింప నా • చిరయశుండు. 94

అర్థ. బిగియన్, కౌఁగిటన్, చేర్చి = గాఢముగా ఆలింగనము చేసికొని; నెమ్మొగము, నివిరి = మొగము తడవి ; శిరము మూర్కొని = తలనువాసనచూచి ; చుబుకంబున్, చేతన్, పుణికి = గడ్డము చేతితోతడవి; అవ్యయ, ఆనందబాష్ప, ధార, అభిషిక్తున్, చేసి = ఎడతెగని ఆనందబాష్పధారలచేత తడపి ; ఆశీర్వదింపన్ = ఆశీర్వచనము చేయగా ; ఆ, చిరయశుండు = ఆశాశ్వతకీర్తిగల ధ్రువుఁడు ,

తా. ధ్రువునికౌఁగిటజేర్చి, మొగముతడవి, శిరమునాఘ్రాణించి, గడ్డమునుపుణికి, యెడతెగని యానందబాష్పములచే నాతనితడిపి, ఆశీర్వదింపగా ఆధ్రువుఁడును (ముందుపద్యముతో నన్వయము)

క. జనకుని యాశీర్వచనము
లనయముఁ గైకొని ప్రమోది • యై తత్పదముల్
తనఫాలతలము సోఁకఁగ
వినతులు గావించి భక్తి • విహ్వలుఁ డగుచున్. 95

అర్థ. జనకుని, ఆశీర్వచనములు = దీవెనలను ; అనయమునన్ + కైకొని = ఎక్కువగా పొంది ; ప్రమోది ; అయి = సంతోషించినవాడయి ; తత్ + పదములు = అతనిపాదములను ; తన, ఫాలతలము, సోకగన్ = తన నుదుటిని తాకునట్లు; వినతులు, కావించి = నమస్కారములు చేసి ; భక్తి విహ్వలుండు అగుచున్ = భక్తిపరవశుఁడయి

తా. ధ్రువుఁడట్లు తండ్రి ఆశీర్వచనములనుగొని సంతోషించి యతని పాదములపై తన నుదురు తాకునట్లు నమస్కరించి ఎక్కువభక్తితో (ముందుపద్యముతో నన్వయము)

తే. అంత నాసజ్జనాగ్రణి • యైన ధ్రువుఁడు
దల్లులకు భక్తి వినతులు • దగ నొనర్చె
సురుచి మ్రొక్కిన యర్భకుఁ • జూచి యెత్తి
నగుమొగంబున నాలింగ • నంబు సేసె. 96

అర్థ. అంతన్, ఆ; సజ్జనాగ్రణి, అయిన, ధ్రువుఁడు = ఆసత్పురుషులలో శ్రేష్ఠుఁడగు ధ్రువుఁడు ; తల్లులకున్ = సునీతిసురుచులకు; భక్తిన్ = భక్తితో ; వినతులు = నమస్కారములు; తగన్, ఒనర్చెన్ = ఒప్పునట్లుగా చేసెను ; సురుచి = సురుచి ; మ్రొక్కిన, అర్భకున్ = నమస్కరించిన బాలునిచూచి ; ఎత్తి = లేవదీసి , నగుమొగంబునన్ = నవ్వుమొగంబుతో , ఆలింగనబు సేసె = కౌఁగిలించుకొనె

తా. ధ్రువుఁడు తల్లులకు భక్తితో నమస్కరింపఁగా సురుచి యతనినెత్తి కౌఁగిటజేర్చుకొని నగుమోముతో (ముందుపద్యముతో నన్వయము)

సీ. కర మొప్ప నానంద • గద్గదస్వరమున
జీవింపు మనుచు నా • శీర్వదించె
భగవంతుఁ డెవ్వని • [illegible] మైత్రి వాటించు

సత్కృపానిరతిఁ బ్ర • సన్నుఁడగుచు
సతనికిఁ దనయంత • ననుకూలమై యుండు
సర్వభూతంబులు • సమతఁ జేర్చి
మహిఁ దలపోయ ని • మ్న ప్రదేశములకు
ననయంబుఁ జేరు తో • యములపగిదిఁ
తే. గాన ఘను నమ్మహాత్ముని • గారవించె
సురుచి పూర్వంబు దలఁపక • సుజనచరిత
విష్ణుభక్తులు ధరను బ • విత్రు లగుట
వారి కలుగను సరణి నె • వ్వారు మఱియు.

అర్థ. కరము, ఒప్పన్ = ఎక్కువగా ; ఆనంద, గద్గదస్వరమునన్ = సంతోషముచే తడఁబడుచున్నధ్వనితో; జీవింపుము అనుచున్ = చిరంజీవి కమ్మని ; ఆశీర్వదించెన్ = ఆశీర్వచనము చేసెను ; భగవంతుఁడు = శ్రీహరి; ఎవ్వనిపైన్ = ఎవనిమీద; సత్కృపానిరతిన్ = మంచిదయతో ; ప్రసన్నుఁడగుచున్ = సముఖుఁడయి మైత్రిన్ పాటించున్ = స్నేహముచూపునో; అతనికి = అతనికి ; సర్వభూతంబులు = సమస్తభూతంబులును; సమతన్, పేర్చి = సమత్వముఁ గూరి; మహిన్ = భూమియందు; తలపోయన్ = ఆలోచింపఁగా; నిమ్నప్రదేశములకున్ = పల్లపునేలకు ; అనయంబున్ = ఎల్లపుడును ; చేరు = పొందునట్టి; తోయములపగిదిన్ = నీళ్ళవలె ; తమయంతన్ = తమకుతామే ; అనుకూలమయి యుండున్ = అనుకూలించును; కాన్ = అందుచేత; ఘనున్ = గొప్పవాఁడగు; అమ్మహాత్మునిన్ = ఆమహానుభావుఁడగు ధ్రువుని; సురుచి = సవతితల్లియైనసురుచి ; పూర్వంబున్ తలపక = పూర్వము జరిగినసమాచారము నెంచక ; గారవించెన్ = ఆదరించెను ; సుజనచరిత = సచ్చరిత్రముగల విష్ణు

రుఁడా; విష్ణుభక్తులు = శ్రీహరిని సేవించువారు; ధరను = భూమియందు పవిత్రులు, అగుటన్ = పరిశుద్ధులగుటచేత ; ధరణిన్ = భూమియందు ; ఏవారున్ = ఎవరును ; వారికి, అలుగరు = వారిపై కోపింపరు ; మఱియు = మఱియు.

తా. సురుచి ధ్రువుని చిరంజీవి కమ్మని ఆశీర్వదించెను, జలములు ఎత్తుప్రదేశమునుండి పల్లమునకు పాఱుచు సమత్వము గోరునట్లు శ్రీహరి కరుణగలవారికి సమస్తభూతములు ననుకూలములై యుండును. కావుననే పూర్వచరిత్రమును తలంపక సురుచి సూతని నాదరించెను. విష్ణుభక్తులు పవిత్రులగుటచేత భూమియందు వారిపై నెవరికిని గోపముండదు.

వ. కావున నుత్తముండును ధ్రువుండును ప్రేమవిహ్వలు లగుచు నన్యోన్యాలింగితులై పులకాంకురాలంకృతశరీరులై యానందబాష్పముల నొప్పిరంత సునీతియుఁ దన ప్రాణంబులకంటె బ్రియుఁడగు సుతు నుపగూహనంబు సేసి తదవయవస్పర్శనంబుచేత నానందంబునొంది విగతశోక యయ్యె నప్పుడు సంతోషధారాసిక్తంబులై చనుఁబాలునుం గురిసె నంత.

అర్థ కావునన్ = అందుచేత; ఉత్తముండును, ధ్రువుండును = అన్నదమ్ములగు నుత్తమధ్రువులు; ప్రేమవిహ్వలులు, అగుచున్ = ప్రేమచేత మైమఱచినవారయి ; అన్యోన్యఆలింగితులు, అయి = ఒకరినొకరు కాఁగిలించుకొని ; పులకాంకుర, అలంకృత, శరీరులు, అయి = గగుర్పాటుగలదేహములు గలవారయి ; ఆనందబాష్పములన్, ఒప్పిరి = సంతోషముచే కలిగిన కన్నీటితో నొప్పిరి; అంతన్ = అప్పుడు, సునీతియున్ = సునీతి ; తనప్రాణంబులకంటెన్ = తనప్రాణంబులకంటె ; ప్రియుండు,

అగు = ప్రియుఁడైన ; సుతున్ = కొడుకును ; ఉపగూహనంబు, చేసి = కౌఁగిలించుకొని ; తత్, అవయవ, స్పర్శనంబు చేత = అతనిశరీరమును తాకుటచేత ; ఆనందంబున్, పొందెఁ = సంతోషమును పొందెను ; విగతశోక, అయ్యెన్ = దుఃఖము పోఁగొట్టుకొనినదయ్యెను ; అప్పుడు = అప్పుడు ; సంతోష, బాష్ప, ధారా, సిక్తంబులు, అయి = సంతోషాశ్రువులతో కూడిన, చనుఁబాలున్ = చనుబాలుకూడ ; కురిసెన్ = కురిసెను . అంతన్ = అప్పుడు.

తా. స్పష్టము.

సీ. అప్పుడు సంతోష • ముప్పతిల్లఁగఁ బౌర
జనము లాధ్రువుతల్లి • నెనయఁ జూచి
తొడరినభవదీయ • దుఃఖనాశకుఁ డైన
యుట్టితనూజుఁ డెం • దేనిఁ బెద్ద
కాలంబు క్రిందటఁ • గడఁగి నష్టుం డైన
వాఁ డిప్డు సౌభాగ్య • వశము చేతఁ
బ్రతిలబ్ధుఁ డయ్యెను • నితఁడు భూమండల
మెల్లను రక్షించు • నిద్ధమహిమఁ

తే. గమలలోచనుఁ జింతించు • ఘనులు లోక
దుర్జయం బైన యట్టి మృ • త్యువును గెల్తు
రట్టి ప్రణతార్తిహారుఁ డైన • యబ్జనాభుఁ
డద్ధి నీచేతఁ బూజితుం • డగుట నిజము. 99

అర్థ. అప్పుడు = అప్పుడు . సంతోషము, ఉప్పతిల్లగన్ = సంతోషము ఉప్పొంగగా ; పౌరజనములు = పురజనులు, ఆ, ధ్రువు, తల్లిన్ =

ఆ సునీతిని ; ఎనయన్ చూచి = ఎక్కువగాచూచి ; తొడరిన, భవదీయ దుఃఖ, నాశకుఁడు, అయిన, నీదుఃఖమును పోఁగొట్టిన; ఇట్టితనూజుఁడు = ఇట్టికొడుకు ; ఎందేనిన్ = ఎప్పుడో, పెద్దకాలంబుక్రిందటన్ = చాల కాలము క్రిందట; కడగి, నష్టుండు, అయినన్ = పోయినను, వాఁడు = అతఁడు . ఇపుడు = ఇప్పుడు ; నీభాగ్యవశము చేతన్ = నీయదృష్టము చేత . ప్రతిలబ్ధుఁడు, అయ్యెను = తిరిగిదొరకెను . ఇతఁడు = యీధ్రువుఁడు; ఇద్ధమహిమన్ = గొప్పమహిమతో . భూమండలము, ఎల్లను. రక్షించుఙ = భూమినిరక్షించును , కమలలోచనున్ = పుండరీకాక్షుఁడైన హరిని చింతింపు = ధ్యానించునట్టి ఘనులు = మహానుభావులు . లోకదుర్జయంబు, అయినయట్టి = లోకముచేత గెలువరానట్టి . మృత్యువును = చావును . గెల్తురు = గెలిచెదరు. అట్టి = అటువంటి . ప్రణతా, ఆర్తి, హరుఁడు, అయిన = తన్ను నమస్కరించువారి దుఃఖమును పోఁగొట్టు . అబ్జనాభుఁడు = శ్రీమహావిష్ణువు . అర్థిన్ = కోరికతో . నీచేతఙ = నీచేత . పూజితుండు అగుట = పూజింపఁబడినవాఁడగుట . నిజము = సత్యము.

తా॥ అప్పుడు పురజనులు సునీతితో అమ్మా! నీదుఃఖమును పోఁగొట్టిన యీ ధ్రువుఁడు ఎన్నడో పోయి యిపుడు నీయదృష్టవశమున నీకు దొరకినాఁడు . ఇతఁడు గొప్పమహిమతో భూమి నేలును . శ్రీహరిని ధ్యానించు వారనన్యసాధ్యమైన మృత్యువును గెల్తురు నీవు శ్రీహరిని పూజించి యుండుటచేతనే నీకిట్టి యదృష్టము కలిగినది.

వ. అని ప్రశంసించి రట్లు పౌరజనంబులచేత నుపలాల్యమానుం
డును సంస్తూయమానుండును నగుచు నుత్తానపాదుం డు
త్తమసమేతంబుగా ధ్రువుని *జాహూథునిం జేసి ప్రహృ
ష్టాంతరంగుండగుచుం బురాభిముఖుండై చను దెంచి. 100

అర్థ. అని = ఈరీతిగా , ప్రశంసించిరి = పొగడిరి . అట్లు = అట్లు . పౌరజనంబు చేతన్ = పురజనులచేత . ఉపలాల్యమానుండును =

లాలింపఁబడినవాఁడును ; సంస్తూయమానుండును = పొగడఁబడువాఁడును అగుచున్ = అగుచు ; ఉత్తానపాదుండు = ఉత్తానపాదమహారాజు ; ఉత్తమసమేతంబుగాన్ = సురుచికొడుకైన ఉత్తమునితోఁగూడ ; ధ్రువునిన్ = ధ్రువుని ; గజారూఢునిన్, చేసి = ఏనుగుపై నెక్కించి. పరిహృష్ట, అంతరంగుండు, అగుచున్ = సంతోషముపొందినమనస్సుగలవాఁడై ; పుర, అభిముఖుండు, అయి = పురమువంక ; చనుదెంచి = వచ్చి

తా. స్పష్టము.

సీ. స్వర్ణపరిచ్ఛద • స్వచ్ఛకుడ్యద్వార
లాలితగోపురా • ట్టాలకంబు
ఫలపుష్పమంజరీ • కలితరంభాస్తంభ
పూగపోతాదివి • భూషితంబు
ఘనసారకస్తూరి • కాగంధజలబంధు
రాసిక్తవిపణిమా • ర్గాంచితంబు
మానితనవరత్న • మయరంగవల్లివి
రాజితప్రతిగృహ • ప్రాంగణంబు
తే. శుభనదీజలకుంభసం • శోభితంబు
తండులస్వర్ణలాజాక్ష • తప్రసూన
ఫలపరిపాత్రకలితవి • భ్రాజితంబు
నగుచు సర్వతోలంకృత • మైనపురము 101

అర్థ. స్వర్ణ = బంగారముచేత ; పరిచ్ఛద = కప్పఁబడిన ; స్వచ్ఛ = ప్రకాశించుచున్న ; కుడ్య = గోడలచేతను ; ద్వార = ద్వారములచేతను ; లాలిత = ప్రకాశించుచున్న ; గోపుర = గోపురములను ; అట్టాలకంబు =

పూలగుత్తులు ; వీనిచేత, కలిత = అలంకరింపఁబడిన ; రంభాస్తంభ = అరటిస్తంభములు కోటబురుజులునుగలదియును ; ఫల = పండ్లు ; పుష్ప, మంజరీ = ; పూగపోత = చిన్నపోఁకచెట్లు ; ఆది = మొదలగువానిచేత; విభూషితంబు = అలంకరింపఁబడినదియును ; ఘనసార = పచ్చకర్పూరము ; కస్తూరికా = కస్తూరి; గంధజల = సుగంధజలములచే; బంధుర = దట్టముగా ఆసిక్త = తడపఁబడిన ; విపణిమార్గ = అంగడివీథులతో ; అంచితంబు = ఒప్పునదియును ; మానిత = సొగసైన ; నవరత్నమయ = నవరత్నములవికారమైన ; రంగవల్లీ = ముగ్గులచే ; విరాజిత = ప్రకాశించుచున్న ; ప్రతిగృహ = ఇంటింటనుగల; ప్రాంగణంబు = వాకిళ్లుగలదియును ; శుభ = శోభనమునైన; నదీజల = నదీజలములు కలిగిన ; కుంభ = కుండలచే, సంశోభితంబు = శోభించుచున్నదియును ; తండుల = బియ్యము ; స్వర్ణ = బంగారము, వీనితో చేయఁబడిన; లాజా = పేలాలు ; అక్షత = అక్షతలు ; ప్రసూన = పువ్వులు ; ఫల = పండ్లు, వీనియొక్క ; పరివ్రాత = సమూహముచే; కలిత = అలంకరింపఁబడి ; విభ్రాజితంబును = ప్రకాశించుచున్నదియును; అసమన్ = అసమ; సర్వతః ; అలంకృతము, అయిన = అన్నియెడలను అలంకరింపబడిన; పురము = పట్టణమును,

తా. బంగారురేకులచే కప్పఁబడిన గోడలు ద్వారములతో నొప్పు గోపురములను కోటబురుజులును గలదియు, పండ్లు పూవులచే అలంకరింపఁబడిన అరటిచెట్లు, పోకచెట్లును గలదియు, పచ్చకర్పూరము, కస్తూరి, గంధము కలిపిన జలముచేత తడపఁబడిన అంగడివీథులు గలదియు నవరత్నములచే నేర్పరుపఁబడిన ముగ్గులుగలదియు, నదీజలములతో నింపఁబడిన కుండలుగలదియును, బియ్యము బంగారము, పేలాలు, అక్షతలు, పూవులు, పండ్లు మొదలగువానితో నొప్పునదియునై, యెల్లయెడలను నలంకరింపఁబడిన పురమును

వ ప్రవేశించి రాజమార్గంబునఁ జనుదెంచునపుడు. 102

అర్థ. పరికించి = పరివేశించి ; రాజమార్గంబునన్ = రాజవీథిని ; వనుదెంచునపుడు = వచ్చునపుడు ;

మ. హరిమధ్యల్ పురకామినీజనులు సౌధాగ్రంబులందుం
డి భాస్వరసిద్ధార్థఫలాక్షతప్రసవదూర్వావ్రాతదధ్యంబువుల్
గరవల్లీమణిహేమకంకణఘణత్కారంబుశోభిల్లఁజల్లిరి
యాభాగవతోత్తమోత్తమునిపై లీలాప్రమేయంబుగన్

అర్థ. హరిమధ్యల్ = సింహమువంటి నడుములుగల ; పురకామినీజనుల = పురములోని స్త్రీలు. సౌధాగ్రంబులందుండి = మేడలపైనుండి భాస్వర = ప్రకాశించుచున్న సిద్ధార్థ = తెల్లయావాలు ; ఫల = పండ్లు. అక్షత = అక్షతలు. ప్రసవ = పూవులు. దూర్వావ్రాత = లేతపచ్చికలు ; దధి = పెరుగు. అంబువుల్ = నీళ్లు. మొదలగువానిని. కరవల్లీ = తీఁగెలవంటి చేతులయందలి. మణి, హేమ, కంకణ = మణులచేతను, బంగారుచేతను చేయఁబడిన కంకణములయొక్క. ఘణత్కారంబు = ధ్వని శోభిల్లన్ = ఒప్పుచుండఁగా ; ఆ, భాగవత, ఉత్తమోత్తమునిపైన్ = ఆ భాగవతశ్రేష్ఠులలో శ్రేష్ఠునిమీఁద ; లీలాప్రమేయంబుగన్ = మిక్కిలి విలాసముతో. చల్లిరి

తా. పురస్త్రీలు మేడలపైనుండి తమకంకణములు మ్రోఁగుచుండ నాభాగవతశ్రేష్ఠుఁడగు ధ్రువునిమీఁద సువర్ణాక్షతాదులను జల్లిరి.

వ. ఇట్లు వాత్సల్యంబునం జల్లుచు సత్యవాక్యంబుల దీవించుచు సువర్ణపాత్రరచితమణిదీపనీరాజనంబుల నివాళింప బౌరజానపదమిత్రామాత్యబాంధుజనపరివృతుండై చనుదెంచి. 104

అర్థ. ఇట్లు = ఈరీతిగా వాత్సల్యంబునన్ = ప్రేమతో. చల్లుచున్ = చల్లుచు సత్యవాక్యంబులన్ = అప్రతిహతములైన మాటలచే

దీవించుచున్ = ఆశీర్వదించుచు. సువర్ణపాత్ర, రచిత, మణిదీప, నీరాజనంబులన్, నివాళింపన్ = బంగారుపాత్రలతో ము [illegible] మణిదీపములతో హారతియెత్తఁగా. పౌర, జానపద, మిత్ర, అమాత్య, బంధుజన, పరివృతుండు. అయి = పురజనులు, పల్లెలవారు, స్నేహితులు, మంత్రులు, బంధువులు, మొదలగువారిచే పరివేష్టింపఁబడి. చనుదెంచి = వచ్చి.

తా. ఈరీతిగా వారు ధ్రువుని దీవించుచు బంగారు పాత్రలం దుంచిన మణిదీపములచే హారతి యిచ్చుచుండఁగా సమస్త పరివారము తోడను వచ్చి-

సీ. కాంచనమయమర • కతకుడ్యమణిపరి
చ్ఛదవిరాజిస్వచ్ఛ • సౌధములను
వరసుధాఫేనపాం • డుర పటికరో
దాత్తసమంచిత • తల్పములను
సురతరుశోభిత • శుకపికమిథునాళి
గానవిభాసితో • ద్యానవనములను
సుమహితవైడూర్య • సోపానవిమలశో
భితజరపూర్ణవా • పీచయముల

తే. వికచకల్హారదరదర • విందకైర
వప్రదీపితబకచక్ర • వాకరాజ
హంససారసకారండ • వాదిజలవి
హంగనినదాభిరామప • ద్మాకరముల. 105

అర్థ. కాంచనమయ = బంగారముతోఁ గూడిన. మరకతకుడ్య = మరకతరత్నములచే చేయఁబడినగోడలును మణి, పరిచ్ఛద = మణులచే

కప్పఁబడి. విరాజిత = ప్రకాశించుచున్న. స్వచ్ఛ సౌధములును = నిర్మలములగు మేడలును. వర = శ్రేష్ఠమైన సుధా ఫేన = సున్నపునురుగువలె. పాండుర = తెల్లనై. రుక్మపరికర = బంగారుమంచముమీఁది. ఉదాత్త, సముంచిత = ఎక్కువబాగుగా అమర్పఁబడిన; తల్పములను = పఱుపులను; సురతరు = కల్పవృక్షములపైని; శోభిత = ప్రకాశింపచేయఁబడిన శుక, పిక, మిథున, ఆలి = చిలుకలు, కోకిలలు, వీనిదంపతులవరుసల; గాన = సంగీతముచే; విభాసిత = ఒప్పుచున్న, ఉద్యాన = ఉద్యానవనములు; సుమహిత = గొప్పవైన; వైదూర్యసోపాన = వైదూర్యమణులచే చేయఁబడిన మెట్లుకలిగి, విమల = స్వచ్ఛమై; శోభిత = ప్రకాశించుచున్న; జల = జలముచేత; పూర్ణ = నిండియున్న; వాపీ చయములన్ = సరస్సులచేతను; వికచ = వికసించిన; కల్హార = సౌగంధికపుష్పమును; కైరవ = కలువ; వీనిచే; ప్రదీపిత = ప్రకాశింప చేయఁబడిన; బక = కొంగలు; చక్రవాక = చక్రవాకపక్షులు; రాజహంస = రాజహంసలు; సారస = బెగ్గురుపక్షులు, కారండవ = నీటికాకులు; ఆది = మొదలైన; జలవిహంగ = నీటిపక్షుల; నినద = ధ్వనులచే; అభిరామ = మనోహరములైన; పద్మాకరములన్ = తామరచెఱువుల చేతను

తా. బంగారము, మరకతములు, వీనిచే నిర్మింపఁబడినగోడలును మణులచేకప్పఁబడిన మేడలును, బంగారుమంచముపై నమర్చఁబడిన తెల్లనిపఱుపులును, కల్పవృక్షములపైనాడుచున్న చిలుకలను కోవిలలును ఉద్యానవనములును, వైదూర్యములచేనిర్మింపఁబడిన మెట్లుకలిగి, గల స్వచ్ఛమైననీటితోనిండియున్న చెఱువులును పద్మములు, కలువలు మొదలగు పువ్వులచేతను, చక్రవాకములు, రాజహంసలు మొదలగు నీటిపక్షులధ్వనులచే మనోహరములైన తామరచెఱువులును.

వ. మఱియును. 106

అర్థ మఱియును = ఇంకను;

తే. చారుబహువిధవస్తువిస్తార మొప్ప
నంగనాయుక్త మగుచుఁ బెంపగ్గలించి
యర్థిఁ దనరారు జనకు గృహంబు సొచ్చి
నెలమిఁ ద్రిదివంబు సొచ్చు దేవేంద్రుపగిది 107

అర్థ. చారు=సుందరమైన; బహువిధ=అనేకవిధములైన వస్తువిస్తారము=వస్తుసమృద్ధి; ఒప్పన్=ఒప్పగా; అంగనాయుక్తము అగుచున్=స్త్రీలతోకూడియుండి, పెంపు; అగ్గలించి=మిక్కిలి గొప్పగా; అర్థిన్, తనరారు=ఎక్కువగా ప్రకాశించుచున్న; జనకగృహంబున్=తండ్రిగృహమును; త్రిదివంబున్, చొచ్చు=స్వర్గమును ప్రవేశించు; దేవేంద్రుపగిదిన్=దేవేంద్రునివలె; ఎలమిన్=సంతోషముతో; చొచ్చెన్=ప్రవేశించెను.

తా. ఈరీతిగా వివిధవస్తుసమృద్ధికలిగి స్త్రీజనములతో కూడియున్న తండ్రిగృహమును ధ్రువుఁడు స్వర్గమును దేవేంద్రుఁడు ప్రవేశించు విధమున సంతోషముతోఁ బ్రవేశించెను

వ. ఇట్లు ప్రవేశించిన రాజర్షియైన యుత్తానపాదుండు సుతుని యాశ్చర్యకరంబైన ప్రభావంబు వినియుం జూచియు మనంబున విస్మయంబు నొంది ప్రజానురక్తుండును బ్రజాసమ్మతుండు నవయౌవనపరిపూర్ణుండును నైన ధ్రువుని రాజ్యాభిషిక్తుం జేసి వృద్ధవయస్కుండైన తన్నుఁ దాన యెఱింగి యాత్మగతిఁ బొంద నిశ్చయించి విరక్తుండై వనంబునకుం జనియె నంత నాధ్రువుండు శింశుమారప్రజాపతి కూఁతురైన భ్రమియనుదాని వివాహంబై దాని వలనఁ గల్పవత్సరు లను బిడ్డలు గొడుకులం బడసి వెండి

యు వాయుపుత్త్రి యైన యిల యను భార్యయందు నుత్కల నామకుండైన కొడుకు నతిమనోహర యైన కన్యారత్నం బును గనియె నంతఁ దద్భ్రాత యైనయుత్తముండు వివాహంబు లేకుండి మృగయార్థంబు వనంబున కరిగి హిమవంతంబున యక్షునిచేత హతుం డయ్యె నతనితల్లి యుఁ దద్దుఃఖంబున వనంబున కేఁగునెడ గహనదహను చేత మృతిం బొందె ధ్రువుండు భ్రాతృమరణంబు విని శోకవ్యాకులితచిత్తుండై జైత్రం బగు రథం బెక్కి యుత్త రాభిముఖుండై చని హిమవద్ద్రోణియందు భూతగణసేవి తంబును గుహ్యకసంకులంబును నైన యలకాపురంబు పొడగని యమ్మహాబాహుండు. 108

అర్థ. ఇట్లు = ఈరీతిగా; ప్రవేశించిన = వచ్చిన; రాజర్షి అయిన = రాజర్షి అయిన. ఉత్తానపాదుఁడు = ఉత్తానపాదుఁడు; సుతుని = కొడుకుయొక్క; ఆశ్చర్య, కరంబు, అయిన, ప్రభావంబు = అద్భుతమైన మహాత్మ్యమును. వినియున్ = విని యుం, చూచియున్ = చూచియు. మనంబునన్ = మనస్సులో. విస్మయంబున్, ఒంది = ఆశ్చర్యపడి. ప్రజా, అనురక్తుండును = ప్రజలపై అనురాగముగలవాఁడును; ప్రజాసమ్మతుండును = ప్రజలచే అంగీకరింపఁబడినవాఁడును; నవ యౌవన, పరిపూర్ణుండును = నిండుక్రొత్త యౌవనముగలవాఁడును. అయిన, ధ్రువుని రాజ్యాభిషిక్తున్, చేసి = రాజ్యమునకభిషేకముజేసి. వృద్ధవయస్కుండు అయిన, తన్నున్ = ముసలివాఁడైన తన్ను; తానయెఱింగి = తానే తెలిసికొని; ఆత్మగతిన్, పొందన్, నిశ్చయించి = పరమాత్మను జేరఁగోరి; విరక్తుండు అయి = సంసారముపయి విరక్తికలవాఁడయి; వనంబునకున్, చని

యెన్ = వనమునకు పోయెను. అంతన్ = అప్పుడు. ఆధ్రువుండు. శింశుమారప్రజాపతికూఁతురు = శింశుమారుఁడను రాజుయొక్క కూఁతురైన. భ్రమి అనుదానన్ = భ్రమివలన కల్ప, వత్సరులు = కల్పుఁడు వత్సరుఁడు అను. కొడుకులంబడసె = ఇద్దరుకుమారులనుకనెను. వెండియున్ = మరల. వాయు; పుత్రి, అయిన = వాయువుకూఁతురగు, ఇల, అనుభార్యయందు, ఉత్కలనామకుండైన = ఉత్కలుఁడనుపేరుగల కొడుకును. అతిమనోహర, అయిన, కన్యారత్నంబునున్ = మిక్కిలిచక్కనికూఁతురును, కనియెన్ = కాంచెను. అంతన్ = పిమ్మట, తత్, భ్రాతృ, అయిన = అతనిసోదరుఁడైన. ఉత్తముండు = ఉత్తముఁడు వివాహంబు లేకుండి = వివాహము చేసికొనకుండ; మృగయార్థంబు = వేఁటకొఱకు; వనంబునకు, దిరిగి = అడవికిపోయి. హిమవంతంబునన్ = హిమవత్పర్వతమునయి. యక్షుని చేతన్ = ఒక యక్షునిచేత. హతుండు, అయ్యెన్ = మృతినొందెను. అతనితల్లియున్ = అతనితల్లియైనసురుచి. తత్, దుఃఖంబునన్ = ఆదుఃఖముచేత. వనంబునకున్, ఏఁగునెడన్ = వనమునకు పోవుచుండు. గహనదహను చేతన్ = కారుచిచ్చుచే. మృతిన్ పొందెన్ = మృతిపొందెను. ధ్రువుండు, భ్రాతృమరణంబు, విని = సోదరుని చావు విని. శోక వ్యాకులిత, చిత్తుండు అయి = దుఃఖించిన మనస్సుగలవాఁడయి. జైత్రంబు అగు = జయశీలమైన రథంబు, ఎక్కి = రథము నెక్కి. ఉత్తరఅభిముఖుండయి = ఉత్తరదిక్కుగా. చని = పోయి, హిమవత్ ద్రోణియందున్ = హిమాలయపర్వతమున. భూతగణసేవితంబును = భూతములచే సేవింపఁబడునదియు. గుహ్యకసంకులంబును = గుహ్యకులను వారితో నిండినదియు అగు = అయిన. అలంకారపురంబునన్ = అలకాపట్టణమును, పొడగని = చూచి. ఆ మహాబాహుండు = శూరుఁడగు నా ధ్రువుఁడు ;

తా. స్పష్టము.

—: ధ్రువుండు కుబేరానుచరులైన గుహ్యకులతో యుద్ధముసేయుట: —

మ. ఘనశౌర్యోన్నతితోడ సర్వకకుబా◆కాశంబులందుం బ్రతి
ధ్వను లోలిన్నిగుడంగ శంఖము మహో◆ద్యల్లీలఁ బూరిం
పఁగ, న్నినదంబున్ విని యక్షకాంతలుభయా◆న్వితాత్మ
లై రుగ్రసా, ధనులై యక్షభటుల్ పురిన్ వెడలిరు◆త్సా
హంబునందిల్లఁగన్. 109

అర్థ. ఘన, శౌర్య, ఉన్నతితోడన్ = గొప్పశౌర్యముతో; సర్వక కుప్ ; ఆకాశంబులందున్ = సర్వదిగంతములందును ; ప్రతిధ్వనులు = మాఱుమ్రోఁతలు ; ఓలిన్ = వరుసగా ; నిగుడంగన్ = వ్యాపింపగా ; శంఖము = శంఖమును ; మహోద్యల్లీలన్ = మిక్కిలివిలాసముతో ; పూరింపన్ = ధ్వనింపఁజేయఁగా ; తత్, నినదంబున్ = ఆధ్వనిని విని ; యక్షకాంతలు = యక్షస్త్రీలు ; భయాన్విత, ఆత్మలు, ఐరి = భయముతోఁగూఁడినమనస్సుగలవారైరి. ఉగ్రసాధనులు ఐ = భయంకర, ఆయుధములను పట్టుకొని; యక్షభటుల్ = యక్షయోధులు ; ఉత్సాహంబు సంధిల్లఁగన్ = యుద్ధమునందలి యుత్సాహముతో, పురిన్, వెడలిరి = పట్టణమునుండిబయలుదేరిరి.

తా. ధ్రువుఁడు అట్లుబయలుదేరి శంఖనినదంబు చేయఁగా నచ్చటియక్షస్త్రీలు భయమునొందిరి యక్షయోధులు ఆయుధములను పట్టుకొని యుద్ధమునకై పట్టణమునుండి బయలుదేరిరి

వ. ఇట్లు వెడలి యాధ్రువునిం దాఁకిన 100

అర్థ. ఇట్లు = ఈరీతిగా; వెడలి = బయలుదేరి; ఆ, ధ్రువుని తాఁకినన్ = అధ్రువుని ఎదిరింపగా;

చ. కరము మహారథుండు భుజ◆గర్వపరాక్రమశాలియున్ ధను
ర్ధరుఁడునునైన యాధ్రువుఁడు◆దన్ను నెదిర్చినయక్షకోటిఁజె

చ్చెరఁ బదుమూఁడువేల నొక • చీరికిఁ గైకొన కొక్క పెట్టభీ
కరముగ మూఁడుమూఁడు శిత • కాండములందగఁ గ్రువ్వ నేసినన్

అర్థ. కరము = ఎక్కువగా ; మహారథుఁడు = మహారథుఁడును ; భుజగర్వ, పరాక్రమశాలియున్ = గర్వముతోఁ గూడిన పరాక్రమముగల వాఁడును, ధనుర్ధరుఁడును = ధనస్సును పట్టుకొనినవాఁడును ; అయిన = ఆ ధ్రువుఁడు; తన్నున్, ఎదిర్చిన = తన్నెదిరించిన ; యక్షకోటికిన్ = యక్షులను ; చెచ్చెరన్ = శీఘ్రముగా ; పదమూఁడువేలన్ = 13000 మందిని ; ఒకచీరికిన్ , గైకొన = ఎంతమాత్రమును లక్ష్యపెట్టక ; ఒక్క పెట్టన్ = ఒక్కమాఱుగా , భీకరముగన్ = భయంకరముగా ; మూఁడుమూఁడు = మూఁడేసి; శిత బాణములన్ = వాఁడి బాణములను; తగన్ = బాగుగా; క్రువ్వన్, ఏసినన్ = గ్రుమ్మకొనునట్లు ప్రయోగింపగా.

తా. పరాక్రమశాలియైన ధ్రువుండు ధనస్సును ధరించి, తన్నెదిరింపవచ్చిన 13000 వేల యక్షులను లక్ష్యపెట్టక, యొక్కొక్కనిపై మూఁడేసి వాఁడిబాణములను ప్రయోగింపగా,

ఉ. వారు లలాటముల్ వగిలి • వారక సోలియుఁ దేఱియమ్మహా
దారుపరాక్రమప్రకట • ధైర్యముఁ దత్కరలాఘవంబు బ
ల్మాఱు నుతించుచుం గుపిత • మానసులై పదతాడితప్రదు
ష్టోరగకోటివోలెఁ జటు • లోగ్రభయంకరరోషమూర్తులై.

అర్థ. వారు = ఆయక్షులు ; లలాటంబులు వగిలి = నొసళ్ళువగిలి ; వారక, సోలియున్ = వరుసగాఁ పడియును; తేఱి = తెప్పిఱిలి; ఆ, మహా; దారు = ఆ ఉదారవంతుని; పరాక్రమ = శౌర్యమును; ప్రకటన = ప్రసిద్ధమైన ; ధైర్యమును = ధైర్యమును; తత్ కర, లాఘవంబున్ = అతని చేతినేర్పును: పల్మాఱు, నుతించుచున్ = ఎక్కువగాకొనియాడుచు ; కుపితమానసులై = కోపించినమనస్సుగలవారై; పద, తాడిత, ప్రదుష్ట, ఉరగకోటి,

పోలెన్ = కాలిచేతఁ ద్రొక్కఁబడిన దుష్టసర్పములవలె ; చటుల, ఉగ్ర, భయంకర, కోప, మూర్తులు, అయి = మిక్కిలి భయంకరమగు కోపముతోఁ గూడినవారై.

తా. ఆ యక్షులు నొసళ్లు పగిలి, సొమ్మసిల్లి, మరల తెప్పిఱిలి, ధ్రువుని ధైర్యసాహసములు కొనియాడుచు పాదతాడనము పొందిన దుష్టసర్పములవలె భయంకరకోపముతో

ఉ. ఆరథికోత్తమున్ దొడరి ♦ యందఱు నొక్కటఁ జుట్టుముట్టి యా
ఱాఱు శిలీముఖంబులను ♦ నంగములం బగిలించి వెండి వి
స్ఫారగదా శర క్షురిక ♦ పట్టిసతోమర శూల ఖడ్గముల్
సారథియుక్తుఁడైన రథి ♦ సత్తముపైఁ గురియించి రేపునన్

అర్థ. ఆ రథికోత్తమున్, తొడరి = ఆ మహారథుని దాఁకి; అందఱున్ = యక్షులందఱును ; ఒక్కటన్ = ఒక్కసారిగా ; చుట్టిముట్టి = చుట్టుకొని; ఆఱు, ఆఱు, శిలీముఖంబులను = ఆఱేసి బాణములచే; అంగములన్, పగిలించి = అవయవములను భేదించి. వెండి = మఱియు; విస్ఫార = ప్రకాశించుచున్న ; గదా, శర, క్షురిక, పట్టిస, తోమర, శూల, ఖడ్గముల్ = గదలు, బాణములు, కత్తులు, అడ్డకత్తులు, చిల్లకోలలు, శూలములు, ఖడ్గములు వీనిని; సారథియుక్తుఁడైన = సారథితోఁ గూడిన; రథిసత్తముపయిన్ = మహారథుఁడైన ధ్రువుని; ఏపునన్ = గర్వముతో ; కురియించిరి = వర్షింపజేసిరి.

తా. ఆ యక్షులు ధ్రువునిదాఁక, చుట్టిముట్టి, ఆఱేసి బాణములచే నతని అవయవములను భేదించి, సారథితోఁ గూడిన ఆ మహారథునిపై గదలు మొదలగు నాయుధములను వర్షించిరి.

వ. అట్లు గురియించిన నతఁడు. 114

అర్థ. అట్లు కురియించినన్, అతండు = అట్లు వర్షింపగా ఆ ధ్రువుఁడు

క. పెంపఱి యుండెను ధారా
సంపాతచ్ఛన్న మైన • శైలముభంగిన్
గుంపులు గొని యాకసమునఁ
గంపించుచు నపుడు సిద్ధ • గణములు వరుసన్. 115

అర్థ. ధారా, సంపాత, ఛన్నము, అయిన, భంగిన్ = వర్షధారలచేత కప్పఁబడిన పర్వతమువలె; పెంపు, అఱి, ఉండెను. శోభతఱిగియుండెను ; అపుడు ; సిద్ధగణముల = సిద్ధులసమూహముల ; వరుసన్ = వరుసగా ; ఆకసమునందు ; గుంపులు గొని = గుంపులుగాఁగూడి ; కంపించుచున్ = వడఁకుచు (ముందుపద్యముతో నన్వయము.)

తా. వర్షధారలచే కప్పఁబడిన పర్వతమువోలె ధ్రువుండు శోభతఱిగియుండెను అపుడు సిద్ధులాకాశమునందు గుంపులుగాఁగూడి, వడఁకుచున్నవారై [ముందుపద్యముతో నన్వయము]

క. హాహాకారము లెసఁగఁగ
నోహో యీరీతి ధ్రువప • యోరుహహితుఁడు
త్సాహము సెడి యిటు దైత్యస
మూహార్ణవమందు నేఁడు • మునిఁగెనె యక్కటా. 116

అర్థ. హాహాకారములు ఎసఁగఁగన్ = హాహాఅనుధ్వనులు పుట్టుచుండఁగా; ఓహో = అయ్యో; ఈరీతిన్ = ఈవిధముగా; ధ్రువ, పయోరుహహితుఁడు = ధ్రువుఁడనుసూర్యుఁడు ; ఉత్సాహము చెడి = ఉత్సాహము, పోయి ; ఇటు = ఈవిధముగా ; దైత్య, సమూహ, అర్ణవమునందు = రాక్షసుల సమూహమను సముద్రమందు; నేఁడు; అకటా = అయ్యో ; మునిఁగెనె = మునిఁగినాఁడా!

తా. హాహాయనుధ్వని చేయుచు అహా! నేఁడు ధ్రువుఁడను

సూర్యుఁడు రాక్షసులను మహాసముద్రములో మునిఁగినాఁడా !

వ. అని చింతించునవసరంబున. 117

అర్థ. అని, చింతించు, అవసరంబునన్ = అనివిచారించుచున్నసమయమందు,

క. తా మాతని గెలిచితి మని
యామనుజాశనులు వలుక ◆ నట నీహార
స్తోమము సమయించుమహో
ద్దాముం డగు సూర్యుఁ బోలి ◆ తద్దయుఁ దోఁచెన్. 118

అర్థ. తాము = తాము; అతనిన్ = ఆధ్రువుని; గెల్చితిమి, అని = జయించితిమని ; ఆ, మనుజాశనులు = ఆయక్షులు ; పలుకన్ = పలుకఁగా; అట = అప్పుడు. నీహారస్తోమున్ = దట్టమైనమంచును. సమయించు = విరియఁజేయు. మహాత్, ఉద్దాముండు, అగు = మిక్కిలికాంతిగలవాఁడగు. సూర్యున్, పోలి = సూర్యునివలె. తద్దయున్ = మిక్కిలిగా. తోచెన్ = తోఁచెను.

తా. ఆయక్షులు ధ్రువుని జయించితిమని యూహించుచుండగా మంచును విరియించి కాంతిమంతుఁడై వెలుఁగు సూర్యునివలె ధ్రువుఁడు మరలగోచరించెను.

వ. అట్లు దోఁచి. 119

అర్థ. అట్లు తోఁచి = అట్లుగోచరించి.

మ. అరిదుఃఖావహమైనకార్ముకము శౌ◆ర్యస్ఫూర్తితోఁదాల్చిభీ
కరబాణావళిఁ బింజఁబింజగఁబంపం◆గా నేసి ఝంఝానిలుం
డురుమేఘావళిఁబాఱఁదోలుగతి న◆త్యుగ్రాహితక్రూరబం
ధురశస్త్రావళి మాపుచూ వెవిలస◆ద్గోల్లీలనందిల్లఁగన్. 120

అర్థ. అరి, దుఃఖావహము, అయిన. కార్ముకము = శత్రువులకుదుఃఖముఁగలుగఁజేయు వింటిని. శౌర్యస్ఫూర్తితోన్ = ఎక్కువశౌర్యముతో తాల్చి = పట్టుకొని . భీకర, బాణావళిన్ = భయంకరమైన బాణముల వరుసను. పింజపింజ, కలివంగాన్ . ఏసి = ఒకదానివెంటనొకటి వదలకుండునట్లు ప్రయోగించి, ఝంఝానిలుఁడు = ఝంఝామారుతము . ఉరు మేఘావళిన్ = దట్టమైన మేఘములను. పాఱఁదోలుగతిన్ = తఱుమఁగొట్టునట్లుగా. అతి, ఉగ్ర, అహిత, క్రూర, బంధుర శస్త్రావళిన్ = మిక్కిలి ఘోరమును, హింసించునదియు, క్రూరమైనదియు, దట్టమైనదియు నగు శస్త్రములవరుసను విలసత్ = ప్రకాశించుచున్న దోఃలీల = భుజ విలాసము . సంధిల్లఁగన్ = ఒప్పుచుండఁగా . రూపుమాపెన్ = సంహరించెను.

తా. ధ్రువుఁడు మిక్కిలి శౌర్యముతో వింటినెత్తి, బాణముల నెడతెగకుండ ప్రయోగించి, ఝంఝామారుతము మేఘములను పాఱఁదోలునట్లు వారి శస్త్రముల నన్నిటిని సంహరించెను.

చ. మఱియును నమ్మహాత్ముఁ డసమానబలుండు మహోగ్రబా
ణముల్, గఱి గఱిఁ దాఁక నేసి భుజగర్వ మెలర్ప విరోధి
వర్మముల్, పఱిపఱి సేసి యంగములు భంగము నొందఁ
గఁ జేసె ప్రేల్మిడిన్, గిఱికొని పర్వతంబులు నొగిం దెగఁ
గొట్టెడు నింద్రుకైవడిన్. 121

అర్థ. మఱియును, అసమానబలుండు = సాటిలేని బలముగలవాఁడైన. ఆమహాత్ముఁడు = ఆమహానుభావుఁడైన ధ్రువుఁడు, మహోగ్రబాణముల్ = భయంకరమైన బాణములను గఱిగఱిదాఁకన్ = ఒకదానికొకటి తాఁకిపోవునట్లుగా . ఏసి = ప్రయోగించి. భుజగర్వము ఎలర్పన్ = తన భుజములగర్వము ఎక్కువయగుచుండఁగా . విరోధివర్మముల్ = శత్రువుల

కవచములు. పఱిపఱి చేసి = ముక్కముక్కలుగా చేసి. అంగములు = వారి శరీరావయవములు. వ్రేక్కడిన్ = ఒక్కక్షణములో. గిఱికొని = పూనికతో. పర్వతములన్ = కొండలను. ఒగిన్ = వరుసగా. తెగఁగొట్టెడు = ఖండించు, ఇంద్రుకైవడిన్ = ఇంద్రునివలె. భంగమున్, ఒందఁగన్, చేసెన్ = కొట్టెను.

తా. ఇంకను అసమానబలుఁడైన ధ్రువుఁడు, ఉగ్రబాణముల వరుసను ప్రయోగించి, శత్రువుల కవచములను తెగఁగొట్టి, ఇంద్రుఁడు పర్వతములను కొట్టినట్లుగా వారిని కొట్టెను

వ. ఆయ్యవసరంబున. 122

అర్థ. ఆ, అవసరంబునన్ = ఆసమయమునందు.

చ. అలఘుచరిత్రుఁ డమ్మనుకు • లాగ్రణిచే వికలాంగులైనవా
రలసకిరీటకుండలవి • రాజితమస్తకకోటిచే సము
జ్జ్వలమణికంకణాంగదల • సద్భుజవర్గముచేత సంగర
స్థల మతిరమ్యమై తనరె • సంచితవీరమనోహరాకృతిన్.

అర్థ. అలఘు, చరిత్రుఁడు = గొప్పచరిత్రముగల అమ్మనుకులాగ్రణిచేన్ = మనువుయొక్కకులమందు శ్రేష్ఠుడైన ఆధ్రువునిచేత. వికలాంగులు, అయిన వారల = అవయవములు తెగిపడినవారియొక్క. స, కిరీట, కుండల, విరాజిత, మస్తక, కోటిచేన్ = కిరీటములు, కుండలములు వీనిచే ప్రకాశించుచున్న శిరస్సులసమూహముచేతను. సం, ఉజ్జ్వల, మణి, కంకణ అంగద, లసత్, భుజవర్గముచేతన్ = మణికంకణములు, భుజకీర్తులు, వీనిచే ప్రకాశించుభుజములచేతను. సంగరస్థలము = యుద్ధభూమి. అతిరమ్యము = మిక్కిలి మనోహరము. సంచిత, వీర, మనోహార, ఆకృతిన్ = కలిసియున్న వీరులయొక్క చక్కనిరూపములతో. తనరెన్ = ఒప్పెను.

తా. ధ్రువునిచే వికలాంగులయిన వారి కిరీటకుండలములతో గూడిన తలలచేతను కంకణభుజకీర్తులతోఁగూడిన భుజములచేతను . యుద్ధభూమి మిక్కిలి మనోహరముగానుండెను.

వ. అంత హతశేషులు. 124

అర్థ. అంతన్, హతశేషులు = అప్పుడు మృతినొందఁగా మిగిలినవారు.

క. వరబలుఁ డగు మనుమనుమని
శరసంభిన్నాంగు లగుచు • సమరవిముఖులై
హరిరాజముఁ గని పఱచిన
కరిబృందముఁబోలెఁ జనిరి • కళవళపడుచున్. 125

అర్థ. వరబలుఁడు, అగు = గొప్పబలముకలిగిన . మనుమనుమని = మనువుయొక్క మనుమఁడైన ధ్రువుని. శర = బాణములచే సంభిన్న = ఛేదింపఁబడిన . అంగులు, అగుచున్ = అవయవములుకలవారయి . సమర, విముఖులు, అయి = యుద్ధమునుండి మరలిపోయి. హరిరాజమున్, కని = సింహమును చూచి. పఱచిన = పరుగెత్తు · కరిబృందముపోలెన్ = ఏనుఁగుల సమూహమువలె కళవళపడుచున్ = తొట్రుపాటుతో . చనిరి = పాఱిపోయిరి.

తా. ధ్రువునిబాణములచేత ఛేదింపఁబడిన యవయవములుగలవారై యాతుధానులు సింహమును చూచిన ఏనుగులవలె తడఁబడుచు యుద్ధభూమినుండి పారిపోయిరి

క. అప్పుడు రాక్షసమాయలు
గప్పిన ధ్రువుఁ డసురవరుల • కార్యం బెఱుఁగం
జొప్పడక వారిఁ బొడగని
దెప్పర మగుటయును సార • థిం గని యంతన్. 126

అర్థ. అప్పుడు ; రాక్షసమాయలు = రాక్షసులమాయలు ; కప్పి నన్ = వ్యాపింపఁగా ; ధాత్రిపుఁడు ; అసురవరుల, కార్యంబు, ఎఱుఁగన్, చొప్పడక = రాక్షసులు చేయు కృత్యములను తెలిసికొనఁజాలక ; వారిన్, పొడఁగని = వారిని చూచి ; దెప్పరము, అగుటయున్ = ఏమియును తోఁచక ; సారథిన్, కని = సారథిని చూచి ; అంతన్ = అప్పుడు.

తా. అప్పుడు రాక్షసులు తమ మాయలను ప్రయోగింపఁగా ధాత్రిపుఁడు వారి కృత్యములను తెలిసికోలేక వారిని చూచి సారథితో నిట్లనెను.

క. తలపోయఁగ భువి మాయా
వులకృత్యం బెఱుఁగ నెవ్వ రోపుదు రనుచుం
బలుకుచుఁ దత్పురిఁ జొరఁగాఁ
దలఁపఁగ నది గానరాక తద్దయు మానెన్. 127

అర్థ. తలపోయఁగన్ = ఆలోచింపఁగా; భువిన్ = భూమియందు; మాయావుల, కృత్యంబు = మాయావరులపనులను, ఎఱుఁగన్, ఎవరు, ఓపుదురు = ఎవరు తెలిసికొనఁగలరు ; అనుచున్, పలుకుచున్ = అని పల్కుచు ; తత్, పురిన్ = వారిపురమును ; చొరఁగాన్ = ప్రవేశించుటకు; తలపఁగన్ = ఆలోచింపఁగా ; అది = ఆపురము ; కానరాక, తద్దయు, మానెన్ = కనఁబడక మాయమయ్యెను.

తా. భూమియందు మాయావరుల కృత్యముల నెవ్వరు నెఱుంగఁ జాలరని చెప్పుచు, వారి పురముఁ బ్రవేశింపఁదలంప నది కానరాక మాయమయ్యెను.

వ. అట్లు పురంబున కరుగుట మాని చిత్రరథుండైన యోధవరుండు సపరియత్నుం డయ్యెను బరప్రతియోగశంకితుండై

యుండె నయ్యెడ మహాజలధిఘోషంబు ననుకరించుశబ్దం
బువినంబడెనంత సకలదిక్తటంబులవాయుజనితంబయినరజః
పటలంబు దోఁచెఁ దత్క్షణంబ యాకాశంబున విస్ఫురత్తటి
త్ప్రభాకలితగర్జారవయుక్తంబు లగుమేఘంబు లమో
ఘంబులై భయంకరాకారంబులై తోఁచెనంత. 128

అర్థ. అట్లు = ఆరీతిగా; పురంబునకు = పట్టణమునకు; అరుగుట = ప్రవేశించుట : మాని = మాని ; చిత్రరథుండు = చిత్రగతిఁ గలిగినరథము గల ఆసుప్రుడు; సప్రయత్నుండు; ఆయ్యును = ప్రయత్నించినను; పర, ప్రతియోగ, శంకితుండు, అయి, ఉండెన్ = శత్రువుల విరోధమును గూర్చి శంకించుచుండెను ; అయ్యెడన్ = అప్పుడు ; మహాజలనిధి, ఘోషంబున్, అనుకరించు = మహాసముద్రముయొక్క ధ్వనినిపోలిన ; శబ్దంబు = ధ్వని ; వినంబడెన్ = వినబడెను ; అంతన్ = అంత ; సకల, దిక్, తటంబులన్ = సర్వదిక్కులందును ; వాయు, జనితంబు ; అయిన = వాయువుచే పుట్టిన; రజఃపటలంబు, తోఁచెన్ = ధూళిరేగెను ; తత్, క్షణంబ = ఆసమయమందే ; ఆకాశంబునన్ = ఆకాశమునందు ; విస్ఫురత్ = ప్రకాశించుచున్న ; తటిత్, ప్రభా, కలిత, గర్జారవ, యుక్తంబులు, అగు = మెఱపులతోను ; ఉఱుములతోను కూడిన మేఘములు, అమోఘంబులయి = దట్టముగాను ; భయంకర ఆకారంబులు, అయి = భయముగలిగించు నాకారములతోను; తోఁచెన్ = కనఁబడెను ; అంతన్ = అప్పుడు.

తా. స్పష్టము.

మ. అనయంబున్ ధ్రువుమీఁద దైత్యకృతమాయాజాలము
ల్లేచెబో, రసమస్తిష్కపురీషమూత్రపలదుర్గంధాస్థిమేద
శ్శరా, సననిస్త్రింశశరాసితోమరగదాచక్రత్రిశూలాదిసా
ధనభూభృద్భుజగావళిం గురిసె నుద్దండక్రియాలోలతన్.

అర్థ. అనయంబున్ = ఎడతెగక ; ధ్రువుమీఁదన్ = ధ్రువుని మీఁద ; దైత్యకృత, మాయాజాలము = యతులచే చేయఁబడిన మాయ యొక్క సమూహము ; అట్లు, ఏచి = ఆరీతిగా పెల్లురేగి ; బోరనన్ = బోరుమని ; మస్తిష్క, పురీష, మూత్ర, ఫల, దుర్గంధ, అస్థి, మేదస్, శరాసన, నిస్త్రింశ, శర, అసి, తోమర, గదా, చక్ర, త్రిశూల, ఆది, సాధన, భూభృత్, భుజగావళిన్ = మెదడు. పురీషము మూత్రము, మాంసము, కంపుకొట్టుచున్న ఎముకలు, మూలుగు, విండ్లు కత్తులు. బాణములు, ఖడ్గములు, చిల్లకోలలు, గదలు, చక్రములు త్రిశూలములు, మొదలైన యుద్ధసాధనములను కొండలు, పాములు, మొదలగువాని, మొత్తములను ; ఉద్దండ, క్రియా, లోలతన్ = భయంకరలీలతో ; కురిసెన్ = వర్షించెను.

తా. ఆరీతిగా రాక్షసులమాయలు పెల్లురేగి, ధ్రువునిమీఁద మాంసము ఎముకలు మొదలగువానిని, ఆయుధములను, పాములను, కొండలను భయంకరముగా కురియునట్లు చేసెను.

వ. మఱియు మత్తగజసింహవ్యాఘ్రసమూహంబులును నూర్మిభయంకరంబై సర్వతఃప్లవనం బయినసముద్రంబును గానంబడియె. వెండియుం గల్పాంతంబునందుంబోలె భీషణంబైనమహాహ్రదంబునుండో చేనివ్విధంబున నానావిధంబులు ననేకంబులును నవిరళభయంకరంబులు నయినయసురమాయలు గ్రూరప్రవర్తను లగుయతుధులచేత సృజ్యమానంబులై యడరె నాసమయంబున. 130

అర్థ. మఱియున్ = ఇంకను; మత్తగజ, సింహ, వ్యాఘ్ర, సమూహంబులు = మదించిన ఏనుగులు, సింహములు, పెద్దపులులు వీని మొత్తములను ; ఊర్మి, భయంకరబై = తరంగములచే భయముపుట్టించుచు ; సర్వతః ప్లవనంబు, అయిన, సముద్రంబునున్ = అన్నిదిక్కులు వ్యా

పించిన సముద్రమును ; కానంబడియెన్ = కానఁబడెను; వెండియున్ = ఇంకను ; కల్పాంతంబునందున్, పోలెన్ = ప్రళయకాలమునందువలె ; భీషణంబు, అయిన = భయంకరంబైన ; మహా హ్రదంబునన్ = గొప్ప మడుఁగునను; తోచెన్ = కనపడెను; ఇవ్విధంబునన్ = ఈరీతిగా; నానా విధంబులును = అనేకవిధములయినట్టియు ; అనేకంబులును = మితిలేనివియు ; అవిరళ, భయంకరంబులును, అయిన = మిక్కిలిభయముగొల్పునవియైనను ; అసురమాయలు = యక్షులమాయలు ; క్రూరప్రవర్తనులు, అగు, యక్షులచేత = క్రూరాచారములుగల యక్షులచేత; సృజ్యమానంబులు, అయి = పుట్టింపఁబడి , ఆదరెన్ = వ్యాపించెను ; ఆసమయంబునన్ = అప్పుడు

తా. స్పష్టము

క. అనయంబును నయ్యక్షుల
ఘనమాయ నెఱింగి మునినికాయము వరుసన్
మను మనుమని మను మను మని
మనమునఁ దలఁచుచును దత్సమక్షంబునకున్. 131

అర్థ. అనయంబును = ఎక్కువగా ; ఆ, యక్షుల = ఆయక్షులయొక్క ; ఘనమాయన్ = గొప్పమాయను ; ఎఱింగి = తెలిసికొని ; మునినికాయము = మునులసమూహము ; వరుసన్ = వరుసగా ; మను, మనుమని = మనుపుమనుమడైన ధ్రువుని; మను, మనుము, అని = జీవింపుము జీవింపుమని; మనమునన్ = మనస్సునందు ; తలఁచుచును = ఆశీర్వదించుచు; తత్సమక్షంబునకున్ = ఆతనియొద్దకు (ముందుపద్యముతో నన్వయము)

తా. యక్షులు ప్రయోగించు మాయలను తెలిసికొని మునులు, తమమనస్సులలో ధ్రువుఁడు చిరంజీవియగుగాక యని ఆశీర్వదించుచు నతని యొద్దకు (ముందుపద్యముతో నన్వయము)

వ. చనుదెంచి యా ధ్రువునిం గని యిట్లనిరి. 132

అర్థ. చనుదెంచి = వచ్చి. ఆధ్రువునిన్ = ఆధ్రువుని ; కని = చూచి, ఇట్లు అనిరి = ఇట్లు పలికిరి

సీ. అనఘాత్మ లోకు లె ✽ వ్వని దివ్యనామంబు
  సమత నాకర్ణించి ✽ సంస్మరించి
దుస్తరం బైన మృ ✽ త్యువునైన సుఖవృత్తిఁ
  దరియింతు రట్టి యీ ✽ శ్వరుఁడు పరుఁడు
భగవంతుఁడును శార్ఙ్గ ✽ పాణియు భక్తజ
  నార్తిహారుండును ✽ నైనవిభుఁడు
భవదీయవిమతులఁ ✽ బరిమార్పఁ గా కని
  పలికిన మునులసం ✽ భాషణములు
తే. విని కృతాచమనుఁ డయి మా ✽ విభునిపాద
కమలముఁ దలంచి రిపుభయం ✽ కరమహోగ్ర
కలితనారాయణాస్త్రంబుఁ ✽ గార్ముకమునఁ
బూనఁ దడవఁ దదీయసం ✽ ధానమునను. 1౪౩

అర్థ. అనఘాత్మ = పాపరహితుఁడా ; లోకులు = జనులు ; ఎవని దివ్యనామంబున్ = ఎవనిపవిత్రనామమును ; సమతన్ = యోగబుద్ధితో ; ఆకర్ణించి = విని . సంస్మరించి = జ్ఞాపకముంచుకొని . దుస్తరంబు, అయిన = దాఁటశక్యముగాని . మృత్యువును, అయినన్ = చావునైనను . సుఖవృత్తిన్ = సౌఖ్యముగా తరియింతురు = దాటుదురో . అట్టి = అటువంటిఁ ఈశ్వరుఁడు = శ్రీమహావిష్ణువు . పరుఁడు = శ్రేష్ఠుడు . భగవంతుండును = ఐశ్వర్యవంతుఁడును . శార్ఙ్గపాణియు = శార్ఙ్గమనువింటిని ధరించినవాఁడును భక్త జన, ఆర్తి హరుండును = భక్తులదుఃఖమును పోగొట్టువాఁడును . అయిన, విభుఁడు = అయినట్టివిభువు భవదీయ, విమతులన్ = నీశ

శత్రువులను . పరిమార్చు, అని, కాక, అని = చంపునుగాక అని . పలికినన్ = పలుకఁగా. మునులసంభాషణములు = మునులమాటలనువిని . కృత. ఆచమనుఁడు, అయి = ఆచనము చేసి. మా. విభుని, పాదకమలము, తలంచి = లక్ష్మీనాథుని పాదపద్మముతలంచి. రిపు, భయంకర, మహోగ్ర, కలిత నారాయణాస్త్రంబు = శత్రుభయంకరంబగు నారాయణాస్త్రమును . కార్ముకమునన్ = వింటియందు . పూనన్, కడవన్ = సంధించుటకు వెతుకఁగా. తదీయ, సంధానమునను = దాని నెక్కుపెట్టగానే.

తా. ధ్రువుఁడా ! శ్రీమహావిష్ణువు పావననామమును యోగబుద్ధితో విని, ధ్యానించి, జనులు, మృత్యువును దాఁటుదురు. అట్టిభక్తజనపాలకుఁడగు విష్ణువు . నీశత్రువులను పరిమార్చునుగాక అని పలుకగా, మునులమాటలువిని ఆచమనము చేసి, లక్ష్మీనాథుని పాదపద్మములను తలంచి, శత్రుభయంకరమగు నారాయణాస్త్రము వింటియందు సంధించుచుండఁగనే.

తే. కడఁగి గుహ్యకమాయాంధ | కారమపుడు
వెరవు సెడి దవ్వుదవ్వుల | విరిసి పోయె
విమలమైనవివేకోద | యమునఁ జేసి
సమయు రాగాదికంబుల | సరణి నంత 134

అర్థ. కడఁగి = పూని . గుహ్యక, మాయా, అంధకారము = యక్షులమాయయనుచీఁకటి, అపుడు. విమలమైన = స్వచ్ఛమైన, వివేక, హృదయమునన్, చేసి = జ్ఞానముకలుగుటచేత సమయు = తొలఁగిపోవు; రాగాదికంబులసరణిన్ = కామము, మోహము రాగము, ద్వేషము మొదలగువానివలె; అంతన్, అపుడు; వెరవుచెడి = దారితెలియక ; దవ్వుదవ్వులన్ = దూరముగా; విరిసిపోయెన్ = తొలగిపోయెను,

తా. జ్ఞానముకలుగుటవలన రాగద్వేషాదులు నశించునట్లు యక్షులమాయయును నంధకారము దూరదూరముగా తొలఁగిపోయెను

మ. వరనారాయణబాణరాడ్జనితదుర్వారప్రభాహేమపుం
ఖరుచిస్ఫారమరాళరాజసితపక్షక్రూరధారారణ
చ్ఛరసాహస్రము లోలి భీషణవిపక్షశ్రేణిపై వ్రాలె భీ
కరరావంబునఁ గానఁ జొచ్చు శిఖిసంఘాతంబు చందంబునన్.

అర్థ. వర = శ్రేష్ఠమైన నారాయణబాణ రాట్ = నారాయణాస్త్రబాణరాజమునుండి జనిత = పుట్టిన దుర్వార = అడ్డులేని. ప్రభా = కాంతిగల. హేమపుంఖ = బంగారుపింజల. రుచి = కాంతిగలిగి, స్ఫార — ఒప్పుచున్న - మరాళరాజ = రాజహంసల. సితపక్ష = తెల్లని రెక్కలవలె క్రూరధారాం = వాడియైనయంచుకలిగి. రణత్ = ధ్వనిచేయుచున్న. శరసాహస్రముల్ = వేలకొలదివింట్లు. ఓలిన్ = వరుసగా. భీషణ, విపక్ష, శ్రేణిపయిన్ = భయంకరశత్రుసమూహముపై భీకరారవంబునన్ = భయంకరమగు ధ్వనితో. కానన్, చొచ్చు = అడవిని ప్రవేశించు. శిఖిసంఘాతంబు. చందంబునన్ = అగ్నులసమూహమువలె. వ్రాలెన్ = పడెను.

తా. ధ్రువుని నారాయణాస్త్రమునుండి తేజోవిరాజితములైన బాణసమూహములు పుంఖానుపుంఖములుగా అడవియందు ప్రవేశించు నగ్నులవలె శత్రుకోటిపైఁబడెను.

వ. అట్లేసిన. 136

అర్థ. అట్లు, ఏసినన్ = ఆప్రకారము ప్రయోగింపఁగా.

చ. ఖరనిశితప్రదీప్తఘనకాండపరంపరవృష్టిచేఁ బోరిం
బోరి వికలాంగులై యడరి పుణ్యజనుల్ పృథుహేతిపాణులై
గరుడునిఁ జూచి భూరిభుజగప్రకరంబు లెదిర్చి పేర్చి చె
చ్చెరన కతెంచు చందమునఁ జిత్రరథుం బలుపూని తాఁకినన్

అర్థ. ఖర, విశిత, ప్రదీప్త, ఘన, కాండ, పరంపర, వృష్టిచేన్ = వాఁడియై, తీక్ష్ణమై ప్రకాశించు దట్టమైన, బాణములవర్షముచేత. పొరిన్ బోరిన్ = ఎక్కువగా. వికలాంగులు, అయి, విఱిగిన అవయవములుగలవారై; అదరి = పూని; పుణ్యజనుల్ = రాక్షసులు. పృథు, హేతి; పాణులు, అయి = పెద్దఖడ్గములను పట్టుకొని ; గరుడునిన్ = గరుత్మంతుని చూచి; భూరి, భుజగప్రకరంబులు = గొప్పసర్పంబుల సమూహములు ; ఎదిర్చి = ఎదిరించి. పేర్చి = హెచ్చుపెరిగి. చెచ్చెరన్ = వేగముగా ; నడతెంచుచందమునన్ = వచ్చువిధముగాఁ. చిత్రరథునన్ = విచిత్రగతులతో నడచుచున్న రథమునెక్కినధ్రువుని బలుపు = బలమును, ఊని = కలిగి ; తాఁకినన్ = ఎదిరింపగా

తా. గరుడునిపై పాములెదిరించి వచ్చునట్లా రాక్షసులు పెద్ద ఖడ్గములను ధరించి ధ్రువుని దాఁకిరి. అట్లు తాఁకఁగా.

ఉ. వారలఁ జండతీవ్రశరవర్గము చేత నికృత్తపాదజం
ఘోరుశిరోధరాంబకకరోదరకర్ణులఁ జేసి యోగి పం
కేరుహమిత్రమండలనికృత్తత నెట్టిపదంబుఁ జెందు నా
భూరిపదంబునం బెలుచఁ బొందఁగఁ బంపె భుజావిజృంభియై.

అర్థ. వారలన్ = వారిని. చండ, తీవ్ర, శరవర్గముచేతన్ = తీక్ష్ణమైన బాణములచేఁ. నికృత్త, పాద జంఘ, ఊరు శిరస్ అధర అంబక, కర ఉదర కర్ణులన్ చేసి = పాదములు పిక్కలు శిరస్సులు పెదవులు కన్నులు చేతులు కడుపులు చెవులు తీఁనివిభేదించి. యోగి పంకేరుహమిత్ర మండల నికృత్తతన్ = సూర్యమండలమును భేదించుటవలన ; ఏమిపదంబున్ చెందున్ = ఏపదవిని పొందునో ; ఆ భూరిపదంబునన = ఆశ్రేష్ఠమైనపదవిని ; పెలుచన్ = మిక్కిలిగా . పొందగన్ = చేరునట్లు . భుజా విజృంభి. అయి = భుజగర్వముతో. పంపెన్ = పంపెను

తా. ఆరాక్షసులను తనబాణములచేత, సకలావయవములను ఛేదించి, యోగులు భేదించుకొనిపోవు సూర్యమండలమును చేరునట్లు చేసెను.

వ. ఇవ్విధంబున నాచిత్రరథుండగు ధ్రువునిచేత నిహన్యమానులును నిరపరాధులును నయిన గుహ్యకులం జూచి యతని పితామహుండైన స్వాయంభువుండు ఋషిగణపరివృతుండై చనుదెంచి ధ్రువునిం జూచి యిట్లనియె వత్సా నిరపరాధులైన యీపుణ్యజనుల నెట్టిరోషంబున వధియించితివి యిట్టినిరయహేతువైన రోషంబు చాలు భ్రాతృవత్సల భ్రాతృవధాభితప్తుండవై కావించు నీయుత్నం బుడుగుము. 139

అర్థ. ఇవ్విధంబునన్ = ఈరీతిగా ; ఆ, చిత్రరథుండు, అగు, ధ్రువునిచేతన్ = రథముపై చిత్రముగ సంచరించు నాధ్రువునిచేత; నిహన్యమానులును = చంపఁబడుచున్నవారును ; నిరపరాధులును = ఎట్టితప్పునులేనివారును ; అయిన, గుహ్యకులన్, చూచి = యక్షులను చూచి; అతని, పితామహుండు అయిన, స్వాయంభువుండు = ఆతనితాతయగు స్వాయంభువమనువు ; ఋషిగణపరివృతుండు ఐ = ఋషులతోఁగూడి ; చనుదెంచి = వచ్చి; ధ్రువునిన్, చూచి, ఇట్లనియెన్ = ధ్రువుని చూచి యిట్లు పలికెను; వత్సా = బాలకా; నిరపరాధులైన = ఎట్టితప్పునులేని ; ఈపుణ్యజనులన్ = ఈరాక్షసులను ; ఎట్టిరోషంబునన్ = ఏమికోపము చేత ; వధియించితివి = చంపినావు; ఇట్టి = ఇటువంటిది; నిరయహేతువు, అయిన = పాపకారణమైన ; రోషంబు, చాలున్ = కోపము చాలును ; భ్రాతృవత్సల = సోదరునియందు ప్రేమగలవాఁడా ; భ్రాతృవధ, అభితప్తుండవు అయి = నీసోదరునివధచేత కోపించినవాఁడవయి ; కావించు = చేయుచున్న; నీయుత్నంబు = నీప్రయత్నమును; ఉడుగుము, అని = మానుము. ని

తా. స్పష్టము.

క. అనఘా మనుకులమున కిది
యనుచితకర్మంబ యొకని కై పెక్కండ్రి
ట్లని మొనఁ దుంగిరి యిది నీ
కనయంబును వలదు ఉడుగు మయ్య కుమారా. 140

అర్థ. అనఘా = పాపములేనివాఁడా ; మనుకులమునకు = మనువు వంశమునకు; ఇది = ఇట్లు చేయుట; అనుచితకర్మంబు = కూడని కార్యమే; ఒకనికై = ఒకనికోసము; పెక్కండ్రు = అనేకులు ; ఇట్లు = ఈరీతిగా ; అని మొనన్ = యుద్ధముఖమున ; తుంగిరి = మృతినొందిరి . అయ్యా, కుమారా = ఓయి బాలకా ! ఇది = ఈపని ; నీకు = నీకు , అనయంబును = ఎప్పటికిని; వలదు = కూడదు ; ఉడుగుము = మానుము ;

తా. కుమారకా ! ఒక్కనికొఱకు అనేకులు మృతినొందించుట మనువంశమునపుట్టిన నీకుతగదు. కావున యుద్ధము మానుము.

వ. అదియునుంగాక దేహాభిమానంబునం బశుప్రాయులై భూతహింస గావించుట హృషీకేశానువర్తు లయినసాధువుల కుండదగదు నీవు సర్వభూతంబుల నాత్మభావంబునఁ దలఁచి సర్వభూతావాసుండును దురారాధ్యుండును నైనవిష్ణునిపదంబులఁ బూజించి తత్పరమపదంబునం బొందితి వట్టిభగవంతుని హృదయంబున ననుధ్యాతుండవు భాగవతులచిత్తంబులకును సమ్మతుండవు మఱియు సాధువర్తనుండ వన నొప్పునీ వీపాపకర్మం బెట్లు సేయ సమకట్టితి వేపురుషుండైన నేమి మహాత్ములయందుఁ దితిక్షయు

సఖులయందు మైత్రియు హీనులయందుఁ గృపయు నిత
రంబు లగుసమస్తజంతువులయందు సమత్వంబును గలిగి
వర్తించువానియందు సర్వాత్మకుం డైనభగవంతుండు
ప్రసన్నుం డగు నతండు ప్రసన్నుం డయిన వాఁడు ప్ర
కృతిగుణంబులం బాసి లింగశరీరభంగంబు గావించి
బ్రహ్మానందంబునం బొందు నదియునుంగాక కార్యకార
ణసంఘాతరూపం బయినవిశ్వం బనునయస్కాంతసన్నిధానం
బు గలిగినలోహంబుచందంబున నీసర్వేశ్వరుండు నిమి
త్తమాత్రంబుగాఁ బరిభ్రమించు నట్టియీశ్వరుని మా
యాగుణవ్యతికరంబున నారబ్ధంబు లయినపంచభూతంబు
లచేత యోషిత్పురుషవ్యవాయంబువలన యోషిత్పురు
షాదిరూపసంభూతి యగు నివ్విధంబునఁ దత్సర్గంబుఁద
త్సంస్థానంబుఁ దల్లయంబు నగుచుండు నిట్లు దుర్విభా
వ్యం బైనకారణశక్తిం జేసి గుణక్షోభంబున విభజ్యమానవీ
ర్యుండు ననంతుండు ననాదియు నై జనంబులచేత జనంబు
లం బుట్టించుచుండుటం జేసి జగదాదికరుండును మృత్యు
హేతువు నగుజనంబుల లయంబునొందించుటం జేసి యం
తకరుండును ననాదియగుటం జేసి యవ్యయుండును నైన
భగవంతుండు జగత్కారణుం డగుం గావున నీసృష్టిపా
లనవిలయంబులం గర్త గాని వాఁడునుం బలెఁ జేయుచుం
డు నిట్లు మృత్యురూపుండును బరుండును సమవర్తియు
నైనయీశ్వరునికి స్వపక్షపరపక్షంబులు లేవతనికిఁ గర్మా

ధీనంబు లయినభూతసంఘంబులు మహావాయువు ననుస
రించుమరజంబులచాడ్పున నస్వతంత్రంబులగుచు ననువర్తిం
చునతండును జంతుచయాయురుపచయాపచయకరణంబు
లం దస్పృహుండును నగుజీవుండు కర్మబద్ధుండగుటం జేసి
కర్మంబ వానికి నాయురుపచయాపచయంబులం జేయుచుం
డు మఱియును సర్వజగత్కర్మసాక్షి యగుసర్వేశ్వరుని.

అర్థ. అదియునుంగాక = అంతేకాక ; దేహాభిమానంబునన్ = శరీరమునందలి యభిమానముచేత ; పశుప్రాయులై = పశువులవంటివారై ; భూతహింస, కావించుట = ప్రాణులను హింసచేయుట ; హృషీకేశ, అనువ్రతులు అయిన, సాధువులకున్, తగదు = విష్ణుభక్తులయిన సజ్జనులకుఁ గూడదు; నీవు; సర్వభూతంబుల = సమస్తప్రాణులను, ఆత్మభావంబునన్, తలంచి = నీవలెనే యని ఆలోచించి, సర్వభూత ఆవాసుండును = సర్వప్రాణులయందు నుండువాఁడును ; దురారాధ్యుండును, అయిన = ఆరాధింపశక్యముకాని వాఁడునగు ; విష్ణునిపదంబులన్ = విష్ణుమూర్తి యొక్క పాదములను పూజించి ; తత్, పరమపదంబునన్, పొందితివి = అత్యుత్కృష్టస్థానమును పొందితివి; అట్టి = అటువంటి; భగవంతుని = విష్ణువుయొక్క ; హృదయంబునన్ = హృదయమునందు ; అనుధ్యాతుండవు = ధ్యానింపఁబడుచుండువు ; భాగవతుల చిత్తంబులకును, సమ్మతుండవు = విష్ణుభక్తులమనసులకు ప్రియుఁడవు; మఱియు = ఇంకను ; సాధువర్తనుండవు, అనఁగ = సాధుచరిత్రముగలవాఁడవవు; ఒప్పు = ఒప్పునట్టి ; నీవు ఈ, పాపకర్మంబు, ఎట్లు, చేయఁగ, సమకట్టితివి = ఈపాపకార్యమును ఎట్లు చేయ నారంభించితివి ; ఏపురుషుండు, అయినన్, ఎవఁడు = ఏ పురుషుఁడైనను; మహాత్ములయందున్, తితిక్షయున్ = మహాత్ములయెడల ఓర్పును సములయందు మైత్రియున్ = సమానులయెడల స్నేహము ; ను

హీనులయందు . కృపయున్ = తనకంటె తక్కువవారియందు దయయు ; ఇతరంబులగు, సమస్త జంతువులయందున్, సమత్వంబున్ = తక్కినసర్వ ప్రాణులయందును సమబుద్ధియు ; కలిగి , వర్తించు వానియందున్ = ప్రవర్తించువానికి ; సర్వాత్మకుండు, అయిన = సమస్తమునకును ఆత్మవంటి ; భగవంతుండు = శ్రీమహావిష్ణువు, ప్రసన్నుండు, అగున్ = దయగలవాడగును అతండు = ఆవిష్ణువు; ప్రసన్నుండు, అయినవాఁడు = దయ చూచినవాఁడు ; ప్రకృతిగుణంబులన్, పాసి = సత్త్వరజస్తమోగుణములను విడిచి ; లింగశరీరభంగంబు, కావించి = స్థూలశరీరమును విడిచిపెట్టి . బ్రహ్మానందంబునన్, పొందున్ = బ్రహ్మానందమును పొందును . అదియునున్, కాక = అంతేకాక, కార్యకారణ, సంఘాత, రూపంబు, అయిన = కార్యము, కారణమునను గానికూడిక చేకలిగిన . విశ్వంబు = ప్రపంచము. అయస్కాంత, సన్నిధానంబు, కలిగిన, లోహంబుచందంబునన్ = సూదంటురాయి దగ్గఱగానున్న యినుమువలెనె ఏసర్వేశ్వరుండు = ఏవిష్ణుమూర్తి . నిమిత్తమాత్రంబుగాన్ = తాత్కాలికకారణమై . పరిభ్రమించున్ = తిరుగుచుండునో . అట్టి = అటువంటి . ఈశ్వరుని = విష్ణుమూర్తియొక్క . మాయాగుణ, వ్యతికరంబునన్ = మాయవలనగలుగు గుణముల కలయికచేత ఆవిర్భంబు అయిన = సృష్టిపొందిన . పంచభూతంబుల చేతన్ . యోషిత్, పురుష, వ్యవాయంబువలనన్ = స్త్రీపురుషులకూడిక వలన యోషిత్, పురుష, ఆది రూపసంభూతి, అగున్ = స్త్రీపురుషుల రూపంబులు పుట్టుచుండును ఇవ్విధంబునన్ = ఈరీతిగా. తత్ సర్గంబు = ఆసృష్టియు తత్ సంస్థానంబు = ఆస్థితియు . తత్ లయంబును = ఆనాశమును అగుచున్, ఉండున్ = కలుగుచుండును . ఇట్లు ఈ విధముగా, దుర్విభావ్యంబయిన = ఊహింపశక్యముగాని . కాలశక్తిన్, చేసి = కాలముయొక్క శక్తిచేత, గుణ, క్షోభంబునన్ = గుణములు తారుమారగుచుండుటచేత . విభజ్యమాన, వీర్యుండును = భాగింపఁబడినవీర్యముగలవాఁడును . అనంతుండును = అంతములేనివాఁడును . అనాదియు

ను = మొదలు లేనివాఁడును. అయి జనంబుల చేతన్ = జనుల చేత. జనంబులన్ = జనులను, పుట్టించుచుండుటన్, చేసి = పుట్టించుచుండుటవలన. జగదాది, కరుండును = ప్రకృతికిమూలమయినవాఁడును. మృత్యుహేతువులు, అగు జనంబులన్ = మృత్యువులకు కారణములగు జనులను. లయంబు నొందించుటంజేసి = నాశనము చేయుట చేత అంతకరుండును = లయకారకుఁడును, అనాది, అగుటంజేసి = పుట్టుకలేక పోవుటచేత. అవ్యయుండును = నాశనములేనివాఁడును అయిన. భగవంతుండు = అయిన శ్రీమహావిష్ణువు; జగత్, కారణుండు అగున్ = జగములకు కారణమగును కావునన్ = కాఁబట్టి. ఈ, సృష్టి, పాలన, విలయంబున్ = ఈసృష్టి, స్థితి సంహారములందు. కర్త కానివాఁడునుం బలెన్ = తాను కర్త కానట్లు. చేయుచుండున్ = ప్రవర్తించుచుండును. ఇట్లు = ఈవిధముగా. మృత్యురూపుండును = మృత్యురూపముగలవాఁడును. పరుఁడును = శ్రేష్ఠుఁడును. సమవర్తి యును = సర్వభూతములయెడల నొక్కరీతిగా ప్రవర్తించువాఁడును అయిన. ఈశ్వరునికిన్ = అయిన మహావిష్ణువునకు. స్వపక్షపరపక్షంబులు, లేవు = తనవారు పరులనుమాటలేదు. అతనికిన్ = అతనికి. కర్మాధీనంబులు, అయిన = కర్మమునకు కట్టుబడియున్న. భూతసంఘంబులు = ప్రాణికోట్లు, మహావాయువున్, అనుసరించి, రజంబుల చాడ్పునన్ = గాలితోఁగూడ పోవుచుండు దూళివలె. అస్వతంత్రంబులు అగుచున్ = స్వాతంత్ర్యములేక. అనువర్తించున్ = వెంటనంటియుండును, అతండును = ఆమహావిష్ణువును. జంతుచయ = జంతుసమూహములయొక్క. ఆయుస్ = జీవితము; ఉపచయ, అపచయ కరణంబులందు = ఇచ్చుట, ఈయకపోవుట అను పనియందు. అస్పృహుండును, అగు = సంబంధములేని జీవుండు = జీవాత్మ కర్మబద్ధుండు అగుటంజేసి = కర్మముచేత కట్టుబడినవాఁడగుటవలన. కర్మంబ = కర్మమే. వానికి = ఆ జీవాత్మకు. ఆయుస్, ఉపచయ, అపచయంబులన్ = ఆయువునిచ్చుటను ఈయకుండుటను. చేయుచుండును = కలుగఁజేయుచుండును. మఱి

యున్ = ఇంకను. సర్వ, జగత్, కర్మ; సాక్షి, అగు = సమస్తజగముల యొక్క పనులను చూచుచున్న వాఁడగు. సర్వేశ్వరుని = శ్రీమహావిష్ణువును.

తా. స్పష్టము.

క. కొందఱు కర్మం బందురు
కొందఱు స్వాభావ్య మందు రొకకొందఱు కాలం
బందురు కొందఱు దైవం
బందురు కొంద ఱొగిఁ గామ మందురు మహాత్మా. 142

అర్థ. కొందఱు = కొందఱు. కర్మంబందురు = కర్మమని చెప్పుదురు; కొందఱు = మఱికొందఱు; స్వాభావ్యమందురి = స్వభావశక్తియే అని పలుకుదురు; కొందఱు = ఇంకనుకొందఱు; కాలంబందురు = దానినే కాలమని చెప్పుదురు; కొందఱు = మఱికొందఱు; దైవదైవంబందురు = దానినే దైవమని చెప్పుదురు; కొందఱు, ఒగిన్ = మఱికొందఱింకను; మహాత్మా = ధ్రువుఁడా; కామమందురి = కామమని చెప్పుదురు

తా. ఈశ్వరుని ,,కర్మము, స్వభావశక్తి, కాలము, దైవము, కామము,, నని యనేకవిధములుగా తలంచుచుందురు.

వ. ఇట్టు లవ్యక్తరూపుండును నప్రమేయుండును నానాశక్త్యుదయహేతుభూతుండును నైన భగవంతుఁడు సేయు కార్యంబులు బ్రహ్మరుద్రాదు లెఱుంగ రంట యతని తత్త్వంబు నెవ్వ రెఱుంగ నోపుదు రా భగవంతు సృష్టిస్థితిలయంబులు సేయుచుండియు ననహంకారుం డగుట గుణకర్మంబులం బొరయఁడు సర్వభూతాత్ముఁడును సర్వభూ

తనియంతయు సర్వభూతభావనుండునైన భగవంతుండు
తనమాయతోఁడ గూడి భూతసృష్టిస్థితిసంహారంబులు సే
యుచుండుఁ గావునఁ బుత్రా యిట్లుత్పత్తిస్థితిలయంబుల
కు దైవంబు కారణంబై యుండ నీధనదానుచరులు భవదీ
యభ్రాతృహంత లగుదురే యదియునుం గాక యీప్ర
జాపతులు విశ్వసృణ్ణామంబుల నియంత్రితులై ముకుఁ
దాళ్ళు పెట్టినపశువులుంబోలె నెవ్వనియాజ్ఞాధీనకృత్యు
లై వర్తింతు రట్టి దుష్టజనమృత్యువును సుజనామృత
స్వరూపుండును సరాత్మకుండును జగత్పరాయణుండును
నైనయీశ్వరుని సర్వప్రకారంబుల శరణంబుఁ బొందు
మదియునుంగాక. 143

అర్థ. ఇట్టులు = ఈరీతిగా ; అవ్యక్తరూపుండును = వ్యక్తముకాని రూపముకలవాఁడును, అపరిమేయుండును = పరిమితి దెలిసికొన నశక్తుండును ; నానా, శక్తి, ఉదయ, హేతుభూతుండును = వివిధములగు శక్తులుకలవాఁడును ; అయిన; భగవంతుండు = శ్రీమహావిష్ణువు, చేయు = చేయునట్టి; కార్యంబులు = పనులు; బ్రహ్మరుద్రాదులు = బ్రహ్మ, రుద్రుఁడు మొదలగువారు ; ఎఱుంగరఁట = తెలిసికొనజాలరఁట ; అతని తత్త్వంబున్ = అతని సత్యస్వరూపమును; ఎవరు, ఎఱుంగన్, ఓపుదురు = ఎవరు తెలిసికొనఁగలరు, ఆ, భగవంతుండు = ఆయీశ్వరుఁడు; సృష్టి, స్థితి, సంహారములను ; చేయుచుండియున్ = చేయుచున్నను ; అనహంకారుండు అగుటన్ = అహంకారము లేనివాఁడగుటచేత ; గుణ, కర్మంబులన్ = పొరయఁడు = గుణములను, కర్మములను, అంటియుండఁడు ; సర్వభూతాత్ముండును = సర్వప్రాణులయందును ఆత్మయై మెలఁగువాఁడును ; సర్వ

భూత, నియంతయు = సర్వభూతములకును నియామకుఁడును, సర్వభూత భావనుండును = సమస్తప్రాణులచేతను ధ్యానింపఁబడువాఁడును ; అయిన భగవంతుండు = అయిన ఈశ్వరుఁడు ; తనమాయతోడన్, కూడి = తన మాయతోఁగూడ ; భూత, సృష్టి, స్థితి, సంహారంబులు = ప్రాణములను పుట్టించుట, పాలించుట, చంపుట, అనుకార్యములను ; చేయుచుం డున్ = చేయుచుండును ; కావునన్ = గనుక ; పుత్రా = కుమారుఁడా; ఇట్లు = ఈప్రకారముగా; ఉత్పత్తి; స్థితి, లయంబులకున్ = సృష్టి, స్థితి, సంహారములకు ; దైవంబు, కారణంబు, అయి, ఉండన్ = దైవమే కారణ మయియుండఁగా ; ఈ, ధనద, అనుచరులు = ఈకుబేరుని సేవకులైన యక్షులు ; భవదీయ, భ్రాతృహంతలు, అగుదురే = నీసోదరుని చంపిన వారలగుదురా? అదియునుంగాక, ఈప్రజాపతులు = ఈబ్రహ్మలు, విశ్వ సృట్, నామంబులన్ = విశ్వమును సృజించువారను పేర ; నియంత్రితులు; అయి = నియమింపఁబడినవారయి ; ముకుద్రాళ్ళు పెట్టిన, పశువులున్, పోలెన్ = ముక్కునకు త్రాళ్లుకట్టిన పశువులవలె; ఎవ్వని, ఆజ్ఞా, అధీన కృత్యులు, అయి = ఎవని ఆజ్ఞకు లోఁబడి పనులచేయుచు ; వర్తింతురు = సంచరింతురో ; అట్టి = అటువంటి ; దుష్టజన, మృత్యువును = దుష్టులకు మృత్యువువంటివాఁడును ; సుజన, అమృతస్వరూపుండును = సజ్జనులకు అమృతమువంటివాఁడును ; సర్వ, ఆత్మకుండును = సమస్తప్రాణులకును ఆత్మవంటివాఁడును, జగత్, పరాయణుండును = లోకములకు ఆశ్రయ మయినవాఁడును ; అయిన, ఈశ్వరునిన్ = అయిన విష్ణుమూర్తిని; సర్వ ప్రకారంబులన్ = అన్నివిధములచేతను ; శరణంబు, పొందుము = శరణు చొరుము; అదియునుంగాక = అంతేకాక;

తా. స్పష్టము.

సీ. అనఘాత్మ నీవు పం • చాబ్దవయస్కుండ
వై పినతల్లి ని • న్నాడినట్టి

మాటల నిర్భిన్న • మర్మండ వగుచును
జనయిత్రి దిగనాడి • వనము కేఁగి
తపమునఁ జేసి య • చ్చపుభక్తి నీశ్వరుఁ
బూజించి మహితవి • భూతి మెఱసి
రమణఁ ద్రిలోకోత్త • రం బైనపదమును
బొందితి వది గాన • భూరిభేద
తే. రూప మైనప్రపంచంబు • రూఢి నేమ
హాత్మునందుఁ బ్రతీత మై • యలరు నట్టి
యగుణుఁ డద్వితీయుండును • నక్షరుండు
నైన యీశ్వరుఁ బరమాత్ము • ననుదినంబు. 144

అర్థ. అనఘాత్మ = పాపరహితుఁడా ; నీవు, పంచాబ్దవయస్కుండవయి = అయిదేండ్ల బాలుఁడవయి ; పినతల్లి = నీపినతల్లియైన సురుచి ; నిన్ను, ఆడినట్టి = నిన్ను పలికినట్టి ; మాటలన్ = మాటలచేత ; నిర్భిన్న. మర్మండవగుచు = మనస్సునొచ్చినవాఁడవై ; జనయిత్రిన్, దిగనాడి = తల్లిని విడిచిపెట్టి వనము కేగి = వనమునకుపోయి ; తపమునన్, చేసి = తపస్సువలన; అచ్చపుభక్తిన్ = స్వచ్ఛమైనభక్తితో ; ఈశ్వరున్, పూజించి = ఈశ్వరునిపూజచేసి ; మహితవిభూతిన్, మెఱసి = మిక్కిలి వైభవముతో ప్రకాశించి ; రమణన్ = ప్రీతితో, త్రిలోకోత్తరంబైన = మూఁడులోకములకంటె మున్నతమైన ; పదమును = స్థానమును ; పొందితివి = సంపాదించితివి ; అది, కానన్ = అందుచేత; భూరి, భేద, రూపమైన = అనేకభేదములచే రూపముపొందిన ; ప్రపంచంబు = విశ్వము ; రూఢిన్ = స్థిరముగా ; ఏమహాత్మునందున్ = ఏమహానుభావునియందు ; ప్రతీతమై, అలరున్ = ప్రఖ్యాతిని పొందుచున్నదో ; అట్టి = అటువంటి ; అగుణుఁ

డు = గుణములులేనివాఁడును ; అద్వితీయుండును = తనకంటె నితరుఁడు లేనివాఁడును, అక్షయుండున్ = నాశనములేనివాఁడును ; అయిన ఈశ్వరున్ = అయిన విష్ణుమూర్తిని ; పరమాత్మున్ = పురుషోత్తముని; అనుదినంబున్ = దినదినమును

తా. ఓయి ధ్రువుఁడా ! నీవైదేండ్ల ప్రాయముననే సవతితల్లి యాడిన మాటలను సహింపక, యడవికిపోయి, తపస్సుచేసి, ఈశ్వరుని పూజించి, ఆతనిదయవలన పుణ్యలోకములకంటె నున్నతమైన స్థానమును పొందితివి కావున నీవాపరమాత్మను ప్రతిదినమును (ముందుపద్యముతో నన్వయము.)

సీ. కైకొని శుద్ధంబు • గతమత్సరంబును
నమలంబు స్వహృద • యంబునందు
పొలవ కన్వేషించు • చును ప్రత్యగాత్ముండు
భగవంతుఁడును బర • బ్రహ్మమయుఁడు
నానందమాత్రుండు • నవ్యయుఁడు ప్రపన్న
సకలవీర్యుండును • సగుణుఁ డజుఁడు
నయినసర్వేశ్వరు • నం దుత్తమంబైన
సద్భక్తిఁ జేయుచు • సమత నొప్పి
తే. రూఢి సోహమ్మ మేతి ప్ర • రూఢ మగుచు
ఘనత కెక్కినవిద్య యుఁ • గ్రంథి నీవు
ద్రెంచి వైచితి కావున • ధీవరేణ్య
సర్వశుభహాని యైన ద్రో • హంబు వలదు.

అర్థ. కైకొని = పూని ; శుద్ధంబున్ = పరిశుద్ధమును ; గతమత్సరంబున్ = మత్సరముపోయినవాఁడును ; అమలంబున్ = నిర్మలమయినది

యమును ; ఆప = ముక ; హృదయంబునందున్ = మనస్సునందు ; సోలపక = అలయక ; అన్వేషించుచున్ = వెదకుచును ; ప్రత్యగాత్ముండున్ = జీవాత్మస్వరూపుఁడును ; భగవంతుఁడును = మంగళస్వరూపముగలవాఁడును ; పరమాత్మమయుఁడున్ = పరమాత్మస్వరూపియైనను ; ఆనందమాత్రుండున్ = నాశనము లేనివాఁడును ; ఉపపన్న సకలవీర్యుండును = సంభవమొందిన వీర్యములన్నిటిని గలవాఁడును ; సగుణుఁడు, ఐ = మంచి గుణములచేత; దనరారువాఁడును = తిరుగువాఁడును ; అజుఁడు = జన్మము లేనివాఁడును ; అయినసర్వేశ్వరునిన్ = అటువంటి శ్రీవిష్ణుమూర్తియందు ; సద్భక్తిన్, ఒప్పుచున్ = మంచినిర్మలమయినభక్తిని గలిగి వెలయువాఁడును ; సమతన్ = సమత్వముతో ఒప్పి = ఒప్పుచు ; రూఢిన్, సోహం, మను, ఇతి = అది, నిజముగా, నాదియనుటచే ; పరిరూఢముగుచున్ = నిరూఢిని జెందినదై ; ఘనకేతుక = గొప్పతనమును పొందు ; అవిద్యయన్, గ్రంథిన్ = మాయయనునెడిముడిని ; త్రెంచివైచితి, కావునన్ = కోసివేసితివి గాన ; ధీవరేణ్యా = బుద్ధిశాలురలో శ్రేష్ఠుఁడవు వాఁడా ! సర్వశుభహానిదైన = మంగళములన్నిటిని పోఁగొట్టునదియైన, రోషంబు = కోపంబు; వలదు = వలదు.

తా. పవిత్రమును ద్వేషములేనిదియునగు హృదయమందు వెదకుచు, జీవాత్మస్వరూపుఁడై పరబ్రహ్మమయుఁడైయొప్పు సర్వేశ్వరుని ఆతఁడే నేనను జ్ఞానముకలిగి అవిద్యను తరించి యున్నావు కావున నో ధ్రువుఁడా, సర్వశుభములకును హానికలిగించు కోపమును వదలుము.

క. విను రోషహృదయుచేతను
ననయము లోకము నశించు నౌషధములచే
ఘనరోగములు నశించిన
యనువున నది గాన రోష మడఁపు మహాత్మా. 1[illegible]6

అర్థ. ఔషధములచేన్ = మందులచేత రోగములు నశించినను వువన్ = రోగములు పోవునట్లు ; వినుము = వినుము . రోషహృదయుచేతన్ = రోషముగలవారిచేత . అనయమున్ = ఎప్పటికిని . లోకమునశించున్ = లోకము చెడును.

తా. ఔషధముచేత రోగమునశించునట్లు, రోషముచేత లోకములు నశించును.

తే. అనఘ నీదుసహోదర హంత లనుచుఁ
బెనఁచి యీపుణ్యజనులఁ జంపితి కడంగి
పరఁగ నిదియె సదాశివ భ్రాతయైన
యర్థవిభునకు నపరాధ మయ్యెఁ గాన. 147

అర్థ. అనఘ = పాపరహితుఁడా ! నీదుసహోదరహంతలనుచున్ = నీతోఁబుట్టువయిన యుత్తముని చంపినవారని ; పెనఁచి = పెనఁగునట్లుచేసి . ఈపుణ్యజనులన్ = ఈరాక్షసులను . కడంగి = పూని చంపితి = వధియించితివి పరఁగన్ = ఒప్పునట్లు ఇదియె = ఇట్టిదియు. సదాశివభ్రాతయైన = ఈశ్వరునకు సోదరుఁడైన అర్థవిభునకున్ = కుబేరునకు . అపరాధమయ్యె = తప్పాయెను . కానన్ = అందుచే . (ముందుపద్యముతోనన్వయము)

తా. ఈయక్షులు నీసోదరుని చంపిరని వారిని నీవు చంపితివి, వీరు శివుని సోదరుఁడైన కుబేరుని భటులు, అందుచేత నీవు కుబేరునికి అపరాధము చేసితివి కాబట్టి,

క. నతినుతులచేత నీ విపు
డతనిఁ బ్రసన్నునిఁగఁ జేయు మని మనువు దయా
మతిఁ జెప్పి ధ్రువునిచే స
త్కృతుఁడై నయ మొప్పఁ జనియె ఋషియుక్తుండై.

అర్థ. నతి = నమస్కారముల చేతను. నుతులచేతన్ = స్తోత్రముల చేతను; ఈనిపుడు. అతనిన్ = అతనిని. ప్రసన్నునింగాంజేయుము = దయబూనినవానిగా ఒనర్చుము. అని, మనువు = మనువని, స్వాయంభువుండు. దయామతిన్, చెప్పి. ధ్రువునిచేసత్కృతుండై = ధ్రువుని చే సత్కరింపబడినవాఁడై, నయమొప్పన్ = నెమ్మది ఒప్పునట్లుగా. ఋషియుక్తుండై = ఋషిగణములతోఁ గూడినవాఁడై. చనియెన్ = పోయెను.

తా. నీవాతని ప్రీతిమాలుకొని, నీకు ప్రసన్నుఁడగునట్లు చేసికొనుము. అని మనువు చెప్పి, ధ్రువునిచేత సత్కరింపబడి, ఋషులతోఁ కలసి వెడలిపోయెను

వ. అంత. 149

అర్థ. అంతన్ = అటుపిమ్మట.

తే. యక్షచారణసిద్ధవి ద్యాధరాది
జనగణస్తూయమానుఁడై ధనదుఁ డంతఁ
బుణ్యజనవైశసనివృత్తి భూరిరోష
రహితుఁడైనట్టిధ్రువునిఁ జేరంగ వచ్చె. 150

అర్థ. అంతన్ = అప్పుడు ధనదుఁడు = కుబేరుఁడు యక్ష, చారణ, సిద్ధ, విద్యాధర = యక్షులు, చారణ సిద్ధ, విద్యాధర, ఆది = మొదలగు. జన = పరివారముల చేత. స్తూయమానుఁడై = పొగడఁబడువాఁడై పుణ్యజన = రక్కసులను. వైశస = చంపుటను. నివృత్తిన్ = వదలినవానిని; భూరి = అధికమైన; రోష = రోషమునుండి; రహితుండు = తొలఁగినవానిని ఐనట్టిధ్రువునిన్ = అయినటువంటి ధ్రువుని, చేరంగవచ్చెన్ = సమీపించెను.

తా. యక్షులు, చారణులు, సిద్ధులు, విద్యాధరులు, మొదలగువారు తన్ను పొగడుచుండ, కుబేరుఁడు రాక్షసులపై కోపము నుపసంహరించుకొని యున్న ధ్రువునియొద్దకు వచ్చెను

సీ. చనుదెంచి వెసఁ గృతాం ✽ జలి యైనధ్రువుఁ జూచి
తివుట నిట్లనియె క్ష ✽ త్త్రియకుమార
తగ భవదీయపి ✽ తామహాదేశంబు
నను దుస్త్యజం బైన ✽ ఘనవిరోధ
ముడిగితి వటు గాన ✽ యొనరంగ నిపుడు నీ
యందుఁ బ్రసన్నుండ ✽ నైతి భూత
జననలయంబుల ✽ కనయంబుఁ గాలంబె
కర్తయై వర్తించుఁ ✽ గాన యుష్మ

తే. దనుజుఁ జంపినవారలీ ✽ యక్షవరులు
గారు తలపోయ వీయక్ష ✽ గణము విట్లు
నెఱి వధించినవాఁడవు ✽ నీవు గావు
విచుతగుణశీల మాటలు ✽ వేయు నేల. 151

అర్థ. చనుదెంచి = వచ్చి. కృతాంజలి, యైన = నమస్కరించినట్టి ధ్రువున్, చూచి = ధ్రువునికనుగొని. తివుటన్ = కోర్కెతో. ఇట్లని యెన్ = ఈప్రకారముఅనియెను. క్షత్రియ కుమార = ఉత్తానపాదునికు మారుండయినధ్రువుడా! తగన్ = ఒప్పునట్లు. భవదీయ, పితామహ = నీయొక్క తాతయొక్క. ఆదేశంబునన్ = ఆజ్ఞచేత దుస్త్యజంబైన = త్యజించుటకు శక్యముకాని. ఘనవిరోధమున్ = అధికమైన వైరమును. ఉడిగితివి = వదలితివి అట్లు గానన్ = ఆకారణమునుబట్టి. ఒనరంగన్ = ఒప్పునట్లు. ఇప్పుడు, నీయందు బ్రసన్నుండనైతిన్ = ఈసమయమందునీ యందు దయగలవాఁడనైతిని. భూత = భూతకోటులయొక్క. జనన, లయంబులకున్ = పుట్టువులకును చావులకును. అనయంబున్ = ఎల్లప్పుడును

కాలంబె = కాలమే. కర్తయై, వర్తించున్ = కారణంబై రూపఁగుచుండును. కావున్ = కాబట్టి. యుష్మత్ అనుజున్ = నీతమ్ముని. చంపినవారలు = వధించినవారలు. ఈయక్షవరులు గారు = ఈ యక్షులు గారు. తలపోయన్ = ఆలోచింపగా. ఇట్లు = ఈవిధముగా. ఈయక్షగణమున్ = ఈరాక్షసుల మూకను. నెఱిన్ = మెండుగా. వధించినవాఁడవు నీవు గావు = నీవుకా నేరవు. వినుత = పొగడఁదగిన గుణశీల = సుగుణములను శీలమునుగలవాఁడా! మాటలు వేయు నేల = ఏలపలు మాటలు?

తా. ఇట్లువచ్చితనకు దోసిలొగ్గియున్న ధ్రువునిమాఁది ఓయి క్షత్రియబాలుఁడా! నీ తాతయుపదేశమున కోపమును చాలించియున్నావు. నీయెడల నేను ప్రసన్నుండనయితి, సృష్టిస్థితిలయములకు కాలమే కారణముగాని మఱియొండు గాదు. ఈ యక్షులను నీ , చంపలేదు, ఈ యక్షులు నీసోదరుని చంపలేదు.

వ. అదియునుం గాక యేబుద్ధిం జేసి కర్మసంబంధదుఃఖాదికంబులు దేహాత్మానుసంధానంబునం జేసి సంభవించు నట్టి యహంత్వమ్మను నపార్థజ్ఞానంబు స్వప్నమందుం బోలెఁ బురుషునకుం దోఁచు నది గావున సర్వభూతాత్మవిగ్రహుండును నధోక్షజుండును భవచ్ఛేదకుండును భజనీయపాదారవిందుండును ననంతామేయశక్తియుక్తుండును గుణమహాత్మ్యమాయావిరహితుండును నైన యీశ్వరుని సేవింపుము నీకు భద్రంబయ్యెడు భవదీయమనోగతంబైన వరంబుఁ గోరుము నీవంబుజనాభపాదారవిందసేవనంబుఁ దిరంబుగఁ జేయుదువని యెఱుంగుదు మనిన రాజరాజుచేత నిట్లు మహామతియు భాగవతోత్తముండు నైన

ధ్రువుండు ప్రేరేపింపఁబడి యీహరిస్మరణంబుచేత నప్రయత్నంబున దురత్యయం బైన యజ్ఞానంబుఁ దరియింతు రట్టిహరిస్మరణం బచలితం బగునట్లొసంగు మని యడిగిన నట్ల కాక యని యంగీకరించి యంతం గుబేరుండు సంప్రీతచిత్తుం డయి ధ్రువునికి శ్రీహరిస్మరణం బట్లుపదేశించి యంతర్ధానంబు నొందె నంత ధ్రువుండు యక్షకిన్నరకింపురుషగణసంస్తూయమానవైభవుం డగుచు నాత్మీయపురంబునకు మరలి చనుదెంచె నంత 152

అర్థ. అదియునుగాక . ఏబుద్ధిం జేసి = ఏబుద్ధిచేత కర్మ, సంబంధ = ప్రారబ్ధకర్మకు సంబంధించిన దుఃఖాదికంబులు = దుఃఖము మొదలగునవి. దేహ, ఆత్మాను, సంధానంబునన్ . చేసి = శరీరమునకును. మనస్సునకును చేరికగలవియగుటచేత . సంచరించున్ = కలుగుచుండునో . అట్టి అహం = నేను . త్వమ్ = నీవు అనునపారజ్ఞానము = అనెడి విపరీతఅర్థము గో తెలివి; స్వప్నమందుబోలెన్ = స్వప్నావస్థయందువలెనే పురుషునకున్ తోఁచున్ = మనుష్యునకుతోచును ; అనిగాపునన్ = ఆకారణముచేత . సర్వభూత = అన్నిభూతముల ఆకోటులనే . ఆత్మవిగ్రహుండు = శ్రీవిష్ణుమూర్తియును. భవ, ఛేదకుండును = జన్మముల నశింపచేయువాఁడును ; భజనీయ, పాదారవిందుండును = భజింపఁదగిన పాదకమలములుగలవాఁడును ; అనంత = అంతములేనిదియు ; అమేయ = మేరలేనిదియునైన; శక్తి = శక్తిచేత యుక్తుండును = కూడినవాఁడును; గుణమయ = గుణములయొక్క ప్రచురత్వమును చెందిన. ఆత్మమాయా = తనమాయనుండి ; విరహితుండును = తొలఁగినవాఁడును ; ఐన ఈశ్వరునిన్, సేవింపుము = ఐనట్టి శ్రీవిష్ణుమూర్తిని కొలువుము ; నీకు, భద్రంబు, అయ్యెడు =

నీకు మేలొనరించెదను ; భవదీయమనోగతంబైన = నీ మనస్సునందుగల ; వరంబున్ కోరుము = కోర్కెను కోరుము ; నీవు అంబుజనాభ = విష్ణుమూర్తి యొక్క పాద, అరవింద, సేవనంబున్ = పాదకమలములపూజను ; తిరంబుగన్, చేయుదువని, ఎఱుంగుదున్ = స్థిరముగాఁ జేయఁగలవని యెఱుంగుదును ; అనిన, రాజరాజు చేతన్ = అనఁ గుబేరుని చేత ; అట్లు = ఆవిధముగా ; వరంబు వేఁడుమని ; మహామతియున్ = గొప్పబుద్ధిగలవాఁడును ; భాగవత, ఉత్తముండును = భక్తవరేణ్యుండును ; ఐన ధ్రువుండు ; ప్రేరేపింపఁబడి ; ఏహరిస్మరణంబు చేతన్ = ఎట్టి విష్ణుమూర్తి యొక్క ధ్యానము చేత ; అప్రయత్నంబునన్ = ప్రయత్నము లేకయే ; దురత్యయంబు = చేటులేనిది ; ఐన యజ్ఞానంబున్ = అయినట్టి తెలివిలేమిని ; తరియింతురు = దాఁటుదురో ; అట్టి, హరిస్మరణంబున్ = అటువంటి మహిమగల హరియందలిస్మృతిని ; అచలితంబగునట్లు, ఒసఁగుము = స్థిరమైనట్లు ఇమ్ము. అని యడిగినన్ = అని వేఁడఁగా ; అట్లకాకయని = అట్లేయగును గాకని ; కుబేరుఁడు = కుబేరుండు ; అంగీకరించి = ఒప్పుకొని ; అంతన్ = అంతట ; సంప్రీతచిత్తుండయి = ప్రీతితోఁ గూడినమనసుగలవాఁడయి ; ధ్రువునకిన్, శ్రీహరిస్మరణంబున్ = శ్రీహరిధ్యానమును ; ఆట్లుపదేశించి = ఆప్రకారము బోధించి ; అంతర్ధానంబు నొందెన్ = మాయమాయెను ; అంతన్ = అటుపిమ్మట ; ధ్రువుండు, యక్ష, కిన్నర = కించిన్నరరూపములుగల దేవతలు, కింపురుష ; గణ = సమూహము చేత ; సంస్తూయమాన = పొగడఁబడు ; వైభవుండు, అయి = విభవముగలవాఁడై ; ఆత్మీయము, పురంబునకున్ = తననగరమునకు ; మరలన్, చనుదెంచెను = మరలివచ్చెను అంతన్ = అంతట.

తా. స్పష్టము.

సీ. గణుతింప భూరిద ♦ క్షిణలచేఁ గడు నొప్పు
యజ్ఞముల్ సేయ న ♦ య్యజ్ఞవిభుఁడు

ద్రవ్యక్రియాదేవ • తాఫలరూపస
త్కర్మఫలప్రదా • తయును నైన
పురుషోత్తముని నర్థిఁ • బూజించి మఱియు స
ర్వోపాధివర్జితుఁ • డుత్తముండు
సర్వాత్మకుఁడు నగు • జలజాక్షునందుఁ దీ
వ్రంబై ప్రవాహరూ • పంబు నైన
తే. భక్తి నలుపుచు సకలప్ర • పంచమందు
గలుగు దనయందు నున్నమ • హాత్ము హరిని
జిదచిదానందమయుని ల • క్ష్మివరుఁ బరము
నీశ్వరేశ్వరుఁ బొడగనె • సిద్ధచరిత. 153

అర్థ. గణుతింపన్ = విచారింపగా ; భూరిదక్షిణలచేన్ = అధికములగు దక్షిణలచే ; కడున్, ఒప్పన్ = మిగుల దేజరిల్లుచుండఁగా ; యజ్ఞములన్, చేయన్ = యాగములొనరింపఁగా ; అయ్యజ్ఞవిభుఁడు = ఆ యజ్ఞమునకు యజమానుఁడు; (ధ్రువుఁడు); ద్రవ్య = ధనము ; క్రియ = పనులు ; దేవతా = దైవమును ; ఫల = ప్రయోజనమును ; వీని; రూప = రూపముగల ; సత్కర్మ = సత్కార్యముల యొక్క ; ఫలప్రదాతయును = ప్రయోజన మొసంగువాఁడును ; ఐన, పురుషోత్తమునిన్ = అయినట్టి శ్రీహరిని ; అర్థిన్, పూజించి = మనసారసేవించి; మఱియును ; సర్వఉపాధివర్జితుఁడు = కాపట్యమునుండి తొలఁగినవాఁడు; ఉత్తముండు = ఘనుఁడు. సర్వాత్మకుండు = అన్నిటిని గలవాఁడు ; అగుజలజాక్షునందున్ = అగునట్టి పుండరీకాక్షునియందు, తీవ్రంబై = చురుకుదనముగలదై; ప్రవాహరూపంబునన్ = ప్రవాహరూపముతో ; అఖిలప్రపంచమందున్ = లోకమునందంతటను ; తనరన్, తనయందు = ఒప్పునట్లుగా తనలోన;

ఉన్న మహాత్మున్ = ఉన్నటువంటి ఘనుని. హరిని = విష్ణుమూర్తిని. చిత్ అచిత్, ఆనందమయునిన్ = చిత్తు, అచిత్తు, ఈశ్వరుఁడను అనుమూఁడువిధ ములుగనగానున్నవానిని. లక్ష్మీవరున్ = శ్రీకాంతుని. పరమున్ = శ్రేష్ఠుని. ఈశ్వరేశ్వరునిన్ = ప్రభువులకుఁ బ్రభువును ఇద్ధచరిత = శ్రేష్ఠమైన నడవడిక గలవాఁడా. పొడగనెన్ = దర్శించెను

తా. ఎన్నో యజ్ఞములను చేసి శ్రీహరిని నిశ్చలభక్తితో ధ్యానించి ఎట్టి యుపాధియు లేనివాఁడును, సర్వాత్మకుఁడును, అవ్యయానందముగల వాఁడును, అగు ఈశ్వరుని కనుగొనెను.

వ. ఇట్లు సుశీలసంపన్నుండును బ్రహ్మణ్యుండును ధర్మసేతుర క్షకుండును దీనవత్సలుండు నయి యవని పాలించుచు ధ్రు వుండు దన్నుఁ బ్రజలు దండ్రి యని తలంప నిరువదియా ఱువేలేండ్లు భోగంబుల చేతఁ బుణ్యక్షయంబును నభోగం బు లైన యాగాదుల చేత నశుభక్షయంబునుం జేయుచు బహుకాలంబు ననర్గళ త్రివర్గసాధనంబుగా రాజ్యంబు సేసి కొడుకునకుఁ బట్టంబు గట్టి యుపరతేంద్రియుండై య విద్యారచిత స్వప్నగంధర్వనగరోపమం బగు దేహాదికం బగు విశ్వంబు భగవన్మాయారచితం బని యాత్మం దలం చుచు వెండియు.

అర్థ. ఇట్లు = ఈవిధముగా. సుశీలసంపన్నుండును = మంచిశీల మునే సంపదగాఁగలిగినవాఁడును. ధర్మసేతురక్షకుండును = ధర్మమును అనకట్టను రక్షించువాఁడును. దీనవత్సలుండును = దీనులయెడ ప్రేమగలవాఁ డును. అయి, అవనిన్ పాలించుధ్రువుండు = భూపరిపాలనము చే యుచున్నట్టిధ్రువుండు ప్రజల్ = జనులు [illegible] = [illegible] తండ్రి యని,

తలంపన్ = ఏకునిగా భావింపగా. ఇరువది యాఱువేలయేండ్లు. భోగంబులచేతన్ = సుఖానుభవములచేత. పుణ్యక్షయంబును = పుణ్యముయొక్క క్షీణతయును అభోగంబులయిన = శ్రమంకు స్థానములయిన ; యాగాదులచేతన్ = యజ్ఞములు మొదలగు సత్కర్మాచరణములచేత. అశుభక్షయంబును = అమంగళములను పోగొట్టుటయును చేయుచున్ = చేయుచును. బహుకాలంబునను = చాల కాలంబునను త్రివర్గసాధనంబుగాన్ = ధర్మార్థకాములకై ప్రజాపరిపాలన మొనరించి కొడుకునకుఁబట్టంబుగట్టి. అచలిత, ఇంద్రియుండై = చలింపని యింద్రియములుగలవాఁడై. అనిత్యరచిత = మాయచేగలిగిన స్వప్న = స్వప్నమునందలి. గంధర్వనగరోపమంబు = (కనబడు) గంధర్వనగరమునకు ఉపమింపఁదగినది. అయిన = అయినట్టి. దేహాదికంబు = శరీరము, మొదలగువానినిగల. విశ్వంబు = ప్రపంచంబు. భగవన్మాయావిరచితంబు = ఈశ్వరునిమాయచేత గలిగినది. అని ఆత్మం దలఁచుచు = అని మనస్సునందు తలఁచుచు. వెండియున్ = మఱియును (ముందుపద్యముతో నన్వయము)

తా. స్పష్టము.

చ. మనునిభుఁ డంత భృత్యజన • మంత్రిపురోహితబంధుమిత్రనం
దనపశువిత్తరత్నవని • తాగృహరమ్యవిహారశైలవా
రినిధిపరీతభూతలహ • రిద్విపముఖ్యపదార్థజాలముల్
ఘనమతిచే ననిత్యములు • గాఁ దలపోసి విరక్తచిత్తుఁడై.

అర్థ. మనునిభుఁడు = మనువులకు సమానుఁడయిన యాధ్రిపుడు. అంతన్ = అంతట. భృత్యజన = సేవకులు మంత్రి = ప్రధానులు పురోహిత = పురోహితులు. బంధు = బంధువులు మిత్ర = స్నేహితులు నందన = పుత్రులు. పశు = గోవులు విత్త = ధనము రత్న = రత్నములు, వనిత = స్త్రీలు గృహ = ఇండ్లు. రమ్యవిహారశైల = రామణీయకములైన క్రీడాపు (మొదలగువానినిగల) వారినిధిపరీతభూతల = సముద్రపర్యం

తనకుఁగలభూప్రదేశమునంతటి. హరిత్ ద్విప = దిగ్గజములు ముఖ్య = వీని చే ముఖ్యముగాఁగల . పదార్థజాతమున్ = వస్తుసమూహములు . ఘనమతి చేన్ = ప్రకృష్టమయిన బుద్ధిచేత . అసత్యముగాన్ = మిథ్యాస్వరూపములుగా, తలపోసి = తలంచి . విరక్తచిత్తుఁడై = అనురక్తిలేని మనస్సుగలవాఁడై,

తా. ఆధ్రువుఁడు తనకుఁగలసేనలు, మంత్రులు, పురోహితులు బంధువులు, మిత్రులు, మేడలు, రత్నములు, ధనములు ఇవియును నానేల సమస్తమును ననిత్యములని తలంచి, మనసు విరక్తి పొందినవాఁడై (ముందుపద్యముతో నన్వయము)

సీ. పురము వెల్వడి చని ✽ పుణ్యభూబదరికా
ఘనవిశాలానదీ ✽ కలితమంగ
ళాంబుపూరంబుల ✽ ననురక్తిమైఁ గ్రుంకి
కమనీయపరిశుద్ధ ✽ కరణుఁ డగుచుఁ
బద్మాసనస్థుఁడై ✽ పవనుని బంధించి
నెలకొని ముకుళిత ✽ నేత్రుఁ డగుచు
హరిరూపవైభవ ✽ ధ్యానంబు సేయుచు
భగవంతు నచ్యుతుఁ ✽ బద్మనేత్రు
తే. నందు సతతంబు నిశ్చల ✽ మైనయట్టి
భక్తిఁ బ్రవహింపఁ జేయుచుఁ ✽ బరమమోద
బాష్పధారాభిషిక్తుండు ✽ భవ్యయశుఁడుఁ
బులకితాంగుండు నగుచు ని ✽ మ్మలఁ దపర్చె. 156

అర్థ. పురమున్ = పట్టణమును . వెల్వడి = వెడలి చని = పోయి పుణ్యభూబదరికా, ఘన, విశాలానదీ = పుణ్యమునకుఁ గలిగిన బదరికా

శ్రమమునందలి విశాలయను నదిలో. కలిత, మంగళ, అంబుపూరంబులన్ = స్వచ్ఛమయినట్టియు, మంగళకరములయినట్టియు, నిండుజలములయందు. అనురక్తిమైన్ = వేడుకతో క్రుంకి = స్నానముచేసి. కమనీయ పరిశుద్ధ, కరణుండును. అగుచున్ = చక్కని శుద్ధమైన మనస్సుకలవాఁడయి పద్మాసనస్థుఁడు, అయి = పద్మాసనమునువైచుకొని; పవనుని, బంధించి = వాయునిరోధము చేసి, నెఱకొని = పూరికతో. ముకుళిత, నేత్రుఁడు, అగుచున్ = కన్నులమూసికొని. హరిరూపవైభవ, ధ్యానంబున్ = శ్రీహరియొక్క దివ్యరూపధ్యానమును, చేయుచున్ = చేయుచు. భగవంతున్ = ఐశ్వర్యయుక్తుఁడయిన వానిని. అచ్యుతున్ = నాశములేనివానిని, పద్మనేత్రున్ = పుండరీకాక్షుని. అంతన్ = అస్థలమునందు, సతతంబున్ = ఎల్లప్పుడును. నిశ్చలము, అయినట్టి = ఏకాగ్రమయిన, భక్తిన్ = భక్తిని. పరివహింపన్, చేయుచున్ = వ్యాపించునట్లు చేయుచు పరమ, మోద, బాష్పధారా, అభిషిక్తుండును = ఆనందాశ్రువులచే తడపబడినవాఁడును. భవ్యయశుఁడు = గొప్పకీర్తిగలవాఁడును. పులకితాంగుఁడున్ = గగుర్పొడిచిన దేహముగలవాఁడును. అగుచున్ = అగుచు. ఇమ్ములన్, తనర్చి = ఎక్కువప్రీతితో.

తా. ధ్రువుఁడు బదరికాశ్రమమున పాఱుచున్న విశాలయను పుణ్యనదియందు స్నానముచేసి నిర్మలాంతఃకరణుఁడయి, పద్మాసనమునువైచుకొని శ్వాసమునుబంధించి, కన్నులను మూసికొని శ్రీహరి మంగళరూపమును నేకాగ్రమనస్సుతో ధ్యానించుచు ఆనందాశ్రువుల విడుచుచు ఒడలుగగుర్పొడువ [ముందుపద్యముతో నన్వయము]

వ. మఱియు విగతక్లేశుండును ముక్తలింగుండును నై ధ్రువుండు తన్నుఁ దా మఱచి యుండుసమయంబున దిశదిక్కుల నుద్యద్రాకానిశానాయకుండునుంబోలె వెలింగించుచు నాకాశంబుననుండి యొక్క విమానంబు సనుదేర

నందు దేవశ్రేష్ఠులును జతుర్భుజులును రక్తాంబుజేక్షణు
లును శ్యామవర్ణులును గదాధరులును సువాసులును గిరీ
టహారాంగదకుండలధరులును గౌమారవయస్కులును
నుత్తమశ్లోకకింకరులు నయినవారల నిద్దఱం గని సంభ్ర
మంబున లేచి మధుసూదననామంబులు సంస్మరించుచు
వారల భగవత్కింకరులంగాఁ దలంచి దండప్రణామంబు
లాచరించిన విష్ణుపాదారవింద విన్యస్తచిత్తుండుఁ గృ
తాంజలియు వినమితకంధరుండు నైనధ్రువుని గనుంగొని
పుష్కరనాభభక్తు లైనసునందనందనులు ప్రీతియుక్తులై
మందస్మితు లగుచు నిట్లనిరి. 158

అర్థము. అటియున్ = ఇంకను; విగతక్లేశుండును = కష్టమును మ
రచినవాఁడును. ముక్తలింగుండును = స్థూలదేహమును మఱచినవాఁడును.
అయి, ధ్రువుండు = ధ్రువుండు, తన్నున్, తాన్, మఱచి తన్ను తానుమ
ఱచి, ఉండుసమయంబునన్ = ఉండునపుడు. దశదిక్కులన్ = పదిది
క్కులను. ఉద్యత్, రాకా, నిశానాయకుండున్, పోలెన్ =
ప్రకాశించుచున్న చంద్రునివలె వెలిగించుచున్ = ప్రకాశింప జేయుచు
ఆకాశంబుననుండి = ఆకాశమునుండి, ఒక్కవిమానంబు, చనుదేరన్ =
ఒక్కవిమానము రాగా. అందున్ = ఆవిమానమునందు. దేవశ్రేష్ఠులును =
దేవతులలో ముఖ్యులును. చతుర్భుజులును = నాలుగేసిభుజములు గలవా
రును. రక్త, అంబుజ, ఈక్షణులును = ఎఱ్ఱతామరవంటి కన్నులుగలవా
రును, శ్యామవర్ణులును = చామనచాయగలవారును. గదాధరులును =
గదలను ధరించినవారును. సువాసులును = మంగళాకారులును. కిరీట, హార
అంగద, కుండల, ధరులును = కిరీటములు, హారములు, భుజకీర్తులు, కుం

డలములు ధరించినవారును ; కౌమారవయస్కులును = యౌవనవంతులును ఉత్తమ, శ్లోక కింకరులను, అయినవారలన్ = మంచిచరిత్రముగల భటులను , ఇద్దఱన్ = ఇద్దఱిని ; కని = చూచి, సంభ్రమంబునన్ = తొట్రుపాటుతో ; లేచి, మధుసూదను, నామంబులు = శ్రీహరి నామములను, సంస్మరించుచున్ = తలఁచుచు ; వారలన్ = వారిని ; భగవత్, కింకరులను, కాన్ = విష్ణుదూతలుగా ; తలంచి = ఆలోచించి ; దండప్రణామంబులు ఆచరించినన్ = దండప్రణామంబులు చేయఁగా ; విష్ణుపాదారవింద, విన్యస్త, చిత్తుఁడున్ = విష్ణుమూర్తియొక్క పాదపద్మములయందుంచఁబడిన మనస్సుగలవాఁడును ; కృతాంజలియున్ = దోసిలొగ్గినవాఁడును ; వినమిత కంధరుండునున్ = వంచఁబడిన మెడగలవాఁడును ; అయి ; ధ్రువుని = ధ్రువుని, కనుఁగొని = చూచి ; పుష్కరనాభ, భక్తులు, అయిన = పద్మనాభుని భక్తులయిన ; సునందనందనులు = సునందుఁడు, నందుఁడు అను విష్ణుకింకరులు ; ప్రీతియుక్తులై = సంతోషించినవారయి ; మందస్మితులు, ఆననమున్ = మందహాసముతో ; ఇట్లు, అనిరి = ఇట్లు పలికిరి.

తా. స్పష్టము.

ఉ. ఓనృప నీకు భద్రమగు నొప్పగుచున్న మదీయ వాక్యముల్
వీనులయందుఁ జొన్పుము వివేకముతో నయిదేండ్లనాఁడు మే
ధానిధివై యొనర్చితిము నుదాత్తతపోవ్రతనిష్ఠ చేతఁ దే
జోనయశాలియైన మధుసూదనుఁ దృప్తి వహింపఁ జేయవే

అర్థ. ఓనృప = ఓరాజా ; నీకున్ = నీకు ; భద్రము, అగున్ = మేలుకలుగుతు ; ఒప్పగుచున్న = నీకుహితములయిన ; మదీయ వాక్యముల్ = మామాటలను ; వీనులయందున్, చొన్పుము = చెవులబెట్టుము ; వివేకముతోన్ = జ్ఞానముతో, అయిదేండ్లవాఁడవు = ఐదేండ్ల బాలుఁడవైనపుడు ; మేధానిధివై = గొప్పబుద్ధిగలవాఁడవయి ; ఒనర్చి = చేసి, ఉదాత్త, తపోవ్రతనిష్ఠ చేతన్ = గొప్పతపస్సును చేయుటచేత ; తేజోనయశాలి, అయిన = తేజస్వంతుఁడైన ; మధుసూదనున్ = విష్ణుమూర్తిని ; తృప్తిన్, వహిం

పన్ ; చేయువే = సంతోషింపచేయలేవా!

తా. ఓరాజా! నీకు హితములగు మాటలనువినుము, నీవైదేండ్ల పిల్లవాఁడవయి యున్నప్పుడు జ్ఞానవంతుఁడవయి, తపస్సుచేసి, శ్రీహరి ని సంతోషపెట్టితివి.

ఆ. అట్టిశార్ఙ్గపాణి ♦ యఖిలజగద్భర్త
దేవదేవుఁ డతుల ♦ దివ్యమూర్తి
మమ్ముఁ బనుప మేము ♦ మాధవపదమున
కర్థి నిన్నుఁ గొనుచు ♦ నరుగుటకును 159

అర్థ. అట్టి = అటువంటి ; శార్ఙ్గపాణి = విష్ణుమూర్తి ; అఖిలజగ; ద్భర్త = సకలలోకాధినాథుఁడు, దేవదేవుఁడు = దేవతలకు ప్రభువు, అతుల, దివ్యమూర్తి = సాటిలేని మంగళాకారముగలవాఁడు, మమ్మున్ పనుపన్ = మముపంపఁగా ; మేము ; మాధవపదమునకు వైకుంఠమునకు అర్థిన్ = కోరికతో ; నిన్నున్ = నిన్ను ; కొనుచున్ = తీసికొని; అరుగు టకును = వెళ్ళుటకు,

తా. దేవాదిదేవుఁడైన శ్రీమహావిష్ణువు మమ్ముపంపగా మేమునిన్ను వైకుంఠమునకు తీసికొనివెళ్లుటకు (ముందువచనముతో నన్వయము)

వ. వచ్చితిమి యేపదంబు నేని సూరిజనంబులు సర్వోత్త
మం బని పొందుదురు దేనిఁ జంద్రదివాకరగ్రహనక్షత్ర
తారాగణములు ప్రదక్షిణంబుగాఁ దిరుగుచుండు మఱి
యు నీదుపితరులచేతను నన్యులచేతను ననధిష్ఠితంబును
జగద్వంద్యంబును భక్తజనాతిమర్జయంబును నయినవిష్ణు
పదంబుం బొందుదువు రమ్మిదె విమానశ్రేష్ఠం బుత్తమ
శ్లోకజనమౌళిమణియైన శ్రీహరి పుత్తెంచె దీని నెక్క న
ర్హుండవనిన నురుక్రమప్రియుం డగునధ్రువుండు తన్మధు

ర వాక్యంబులు విని కృతాభిషిక్తుండయి యచ్చటిమునుల
కుఁ బ్రణమిల్లి తదాశీర్వాదంబులు గైకొని విమానంబు
నకుం బ్రదక్షిణార్చనంబులు గావించి హరిపార్షదులైన
సునందనందులకు వందనం బాచరించి భగవద్రూపవిన్య
స్తచక్షురంతఃకరణాదికుం డగుచు విమానాధిరోహణం
బు గావించుటకు హిరణ్మయరూపంబు ధరియించె నప్పుడు.

అర్థ. ఎచ్చితిమి = వచ్చినాము ; ఏపదంబున్, ఏదిన్ = ఏస్థానమును ; సూరిజనంబులు = బుద్ధిమంతులు ; సర్వోత్తమంబు, అని = అన్నిటికంటె నుత్తమస్థానమని ; పొందుదురు = చేరుదురో ; దేనిన్ = దేని చంద్ర, దివాకర, గ్రహ, నక్షత్ర, తారాగణంబులు = సూర్యచంద్రులును, గ్రహములును, నక్షత్రములును, తారలును ప్రదక్షిణంబుగాన్, తిరుగుచుండున్ = చుట్టునుతిరుగుచుండునో ; మఱియున్ ; ఇంకను, నీదు, పితరులచేతను = నీపూర్వులచేతను ; అన్యులచేతను = ఇతరులచేతను, అనధిష్ఠితంబును = పొందబడనట్టియును ; జగద్వంద్యంబును = జగత్తుచేత పూజింపఁబడునదియును ; భక్తజన, అతి, దుర్జయంబును = భక్తులచేత నతికష్టముతో సంపాదింపఁబడునదియును, అయిన విష్ణుపదంబున్ = అయినట్టి ధ్రువమండలమును ; పొందుదువు = చేరుదువు ; రమ్ము ; ఇదే = ఇదిగో ; విమానశ్రేష్ఠంబు = శ్రేష్ఠమైన విమానము ; ఉత్తమశ్లోక, జన, మౌళిమణి అయిన = ఉత్తమచరిత్రులుగల ; జనులకు, తలమానికము వంటివాఁడగు ; శ్రీహరి = శ్రీమహావిష్ణువు ; పుత్తెంచెన్ = పంపినాఁడు, దీనిన్, ఎక్కన్ ; అర్హుండవు = దీని నెక్కుటకు తగినవాఁడవు ; అనినన్ = అనగా ; ఉరుక్రమ, ప్రియముఖ్యుం, అయిన, ధ్రువుంకు = విష్ణుమూర్తికి ప్రియుండయిన ధ్రువుఁడు, తత్ మధురవాక్యంబులు విని = ఆప్రియపు మాటలనువిని కృతఅభిషిక్తుండు, అయి = స్నానము చేసి ; అచ్చటిమునులకున్, ప్రణమిల్లి = అచ్చటిమునులకు నమస్కరించి, తత్, ఆశీర్వాదంబులు గైకొని = వారి ఆశీర్వచనములను స్వీకరించి ; విమానంబునకున్ = ఆవిమానమునకు

ప్రదక్షిణ అర్చనంబులు, కావించి = ప్రదక్షిణములు, పూజలు చేసి ; హరి పార్షదులు, అయిన = విష్ణుభటులైన ; సునందనందులన్ = సునందుఁడు నందుఁడనువారికి ; వందనంబాచరించి = నమస్కరించి ; భగవత్, రూప, విన్యస్త, చక్షుః అంతఃకరణ, ఆదికుండు, అగుచున్ = భగవంతు నిరూపమందు కన్నులు, మనస్సు మొదలగువాని నుంచినవాఁడయి ; విమాన, అధిరోహణంబు కావించుటకున్ = విమానము నెక్కుటకు ; హిరణ్మయము, రూపంబున్, ధరియించెన్ = బంగారు వికారమైనరూపమును దాల్చెను; అప్పుడు = అపుడు

తా. స్పష్టము

క. సురదుందుభిపణవానక
మురజాదులు మొరసె విరుల • ముసురు గురిసెఁ గి
న్నరగంధర్వులపాటలు
భరితములై చెలఁగె నపుడు • భవ్యచరిత్రా 161

అర్థ. సుర = దేవతలయొక్క. దుందుభి; పణవ, ఆనక, మురజ, ఆదులు = భేరులు ; తప్పెటలు, తక్కెటలు, మద్దెలలు, మొదలైనవి. మొరసెన్ = ధ్వనించెను విరుల, ముసురు కురిసెన్ = పుష్పవర్షము కురిసెను; భవ్యచరిత్రా = పూజ్యచరిత్రుఁడవగు విదురుఁడా!; అపుడు; కిన్నరగంధర్వుల పాటలు = కిన్నరులయొక్కయు, గంధర్వులయొక్కయు పాటలు ; భరితములై అంతటను నిండినవై. చెలగెన్ = అతిశయించెను.

తా. అపుడు సురదుందుభులు మొదలగు వాద్యములు మ్రోగెను పుష్పవర్షము కురిసెను. కిన్నరగంధర్వులు దివ్యగానములను చేసిరి

వ. అట్టిసమయంబున ధ్రువుండు స్వర్గముం బహుత్రివిష్టపంబు
నకు నేఁగువాఁడగుచు దీన యగుజననిం దిగనాడి యెట్లు
పోవుదునని చింతించువాని బార్షదు లవలోకించి య
గ్రభాగంబున విమానారూఢయై యేఁగుచున్న జననిం
జూపిన సంతుష్టాంతరంగుఁ డగుచు.

అర్థ. అట్టిసమయంబునన్ = అటువంటిసమయమునందు. ధ్రువుండు = ధ్రువుండు; దుర్గమంబు, అగు = అశక్యముగానిదగు. త్రివిష్టపంబునకున్ = వైకుంఠమునకు; ఏఁగువాఁడు, అగుచున్ = పోవుచు; దీన, అగు, జననిన్ = దీనురాలైన తల్లిని. దిగనాడి = విడిచిపెట్టి ఎట్లుపోవుదున్, అని = ఎట్లువెళ్ళగలనని, చింతించువానిన్ = ఆలోచించుచున్న ధ్రువుని. పార్షదులు = విష్ణుభటులు. అవలోకించి = చూచి. అగ్రభాగంబునన్ = తనముందు, విమాన, ఆరూఢ, అయి = విమానమునెక్కి, ఏగుచున్న = వెళ్ళుచున్న, జననిన్ = తల్లిని, చూపినన్ = చూపఁగా. సంతుష్ట అంతరంగుండు, అగుచున్ = సంతోషించిన మనస్సుగలవాఁడై.

తా. స్పష్టము.

క. జనని సునీతిని మున్నిడి
కొని యతులవిమాన మెక్కి • గొనకొని విబుధుల్
దనమీఁదఁ బుష్పవర్షము
లనయముఁ గురియింప ధ్రువుఁడు • హర్షముతోడన్ 168

అర్థ. జనని, సునీతిని = తల్లియైన సునీతిని. మున్నిడుకొని = తనకు ముందరగానుంచుకొని. అతులవిమానముఎక్కి = సాటిలేని విమానము నెక్కి, గొనకొని = కోరికతో. విబుధుల్ = దేవతలు తనమీఁదన్ = తనమీఁద. పుష్పవర్షములు = పూలవానలు, అనయమునన్ = తరముగా. కురియింపన్ = కురియింపఁగా ధ్రువుండు. హర్షముతోడన్ = ఎక్కువఆనందముతో

తా. తల్లినిముందుంచుకొని విమానమెక్కి, దేవతలు పుష్పవర్షములు కురియించుచుండగా ధ్రువుఁడు పరమానందముతో [ముందుపద్యముతో నన్వయము]

క. చని చని వెస గ్రహమండల
మును త్రైలోక్యంబు సప్త • మునిమండలమున్
ఘనుఁ డుత్తరించి యవ్వలఁ
దనరెడుహరిపదము నొందెఁ • దద్దయుఁ బ్రీతిన్. 169

అర్థ. చనిచని = పోయిపోయి. వెసన్ = శీఘ్రముగా. గ్రహమండలమున = గ్రహములను. త్రైలోక్యంబు = మూడులోకములను. సప్తమునిమండలమున్ = సప్తఋషిమండలమును. ఘనుఁడు = మహానుభావుఁడు. ఉత్తరించి = దాటి. అవ్వలన్ = ఆవల. తనరెడు = ఒప్పుచున్న. హరిపదమున్ = ధ్రువమండలమును, [illegible]. ప్రీతిన్ = మిక్కిలివేడుకతో. పొందెను = చేరెను

తా. అట్లాతఁడు పోయిపోయి, గ్రహమండలమును, త్రిలోకములను, సప్తఋషిమండలమునుదాఁటి యావలనున్న ధ్రువమండలమును చేరెను.

వ. అది మఱియు నిజకాంతిచేతం ద్రిలోకంబులం బ్రకాశింపం జేయుచు నిర్దయాగమ్యంబును శాంతులు సమదర్శనులు శుద్ధులు సర్వభూతానురంజనులు నచ్యుతభక్తబాంధవులు నయినభద్రాచారులకు సుగమ్యంబును నయి గంభీరవేగంబు ననిమిషంబు నగుజ్యోతిశ్చక్రంబు సమాహితంబై గోగణంబు మేధిముందుంబోలె నెందుఁ బరిభ్రమించు చుండ నట్టియచ్యుతపదంబునం విష్ణుపరాయణుండైన ధ్రువుండు త్రిలోకచూడామణియై యొప్పుచుండె నప్పుడు భగవంతుండైన నారదుండు ధ్రువుని మహిమం గనుంగొని ప్రచేతస్సత్త్రంబునందు వీణ వాయించుచు.

అర్థ. అది = ఆధ్రువమండలము. మఱియున్ = ఇంకను. నిజకాంతిన్ తనకాంతిచేత. త్రిలోకంబులన్ = మూఁడులోకములను. ప్రకాశింపన్ చేయుచున్ = వెలుగుచేయుచు. నిర్దయ, అగమ్యంబును = దయారహితులైనవారిచేత చేరరానిదియు. శాంతులు, సమదర్శనులు, సర్వభూతానురంజ

నులు, అచ్యుత, భక్త, బాంధవుఁ = శాంతముగలవారును, సుఖదుఃఖము లను ఒక్కరీతిగాఁ జూచువారును, పవిత్రులును, సర్వభూతములను సంతోషింపచేయువారును, విష్ణుభక్తులచుట్టములను అయిన, భద్ర, ఆచారులకున్ = శుభచరిత్రముగలవారికి . సుగమ్యంబును, అయి = చేర వీలుగా నుండి . గంభీరవేగంబును = గొప్పవేగమును . అనిమిషంబును = ఒక్కనిమిషమైన ఆగనిదియు . అగు = అయిన. జ్యోతిస్, చక్రంబు = కాంతిచక్రము . సమాహితంబై = చక్కగా గోగణంబు = గోవులసమూహము . మేథియందున్, పోలెన్ = కట్టుకంబమునందువలె . ఎందున్ = ఎప్పుడును. పరిభ్రమించుచుండున్ = తిరుగుచుండునో . అట్టి = అటువంటి . అచ్యుత, పదంబునన్, పొందిరి = ధ్రువమండలమును చేరి . విష్ణుపరాయణుండు, అయి విష్ణువందే మనస్సును చేర్చిన. ధ్రువుండు = ధ్రువుఁడు . త్రిలోకచూడామణి, అయి = మూఁడులోకములను తలమానికమయి . ఒప్పుచుండెన్ = ఒప్పుచుండెను . అప్రస . భగవంతుండు, అయిన నారదుండు = పూజ్యుఁడైననారదుఁడు. ధ్రువుని మహిమన్ = ధ్రువుని మాహాత్మ్యమును. కనుంగొని = తెలిసికొని . ప్రచేతస్ సత్రమునందున్ = ప్రచేతస్ సత్రయాగమునందు. వీణవాయించుచు = వీణనుమీఁటుచు,

తా. స్పష్టము.

సీ. పతియె దైవంబుగా § భావంబులోపలఁ
దలఁచుసునీతి నం § దనుతపఃప్ర
భావముక్రియ ధర్మ § భవ్యనిష్ఠలఁ బొందఁ
జాలరు బ్రహ్మర్షి § జనము లనిన
క్షత్త్రియకులు నెన్నఁ § గా నేల యెవ్వఁడు
పంచసంవత్సర § ప్రాయమునను
సురుచి దురుక్త్యగ్ర § శరభిన్నహృదయుఁడై
మద్వాక్యహితబోధ § మతిఁ దనర్చి

తే. వనమునకు నేఁగి హరిభక్తి వశత నొంది
యజితుఁ డగుహరి తనవశుఁ డై చరింపఁ
జేసి వెసఁ దత్పదంబును జెందె నట్టి
హరిపదంబును బొందఁ నెవ్వరికిఁ దరము. 166

అర. పతియే = భర్తయే. దైవంబు గాన్ = దేవుని గా. భావంబులోపలన్ = మనస్సులో. తలఁచు = భావించు. సునీతినందను = సునీతికుమారుఁడైన ధ్రువునియొక్క. తపఃప్రభావయుక్తిన్ = తపోమహిమవలె. బ్రహ్మఋషిజనములు = బ్రహ్మఋషులుగూడ. ధర్మభవ్యస్థితులన్ ధర్మముచేత = పవిత్రములగు నడవ, ఆచారములు పొందఁజాలరు. అనఁగన్ = అనఁగా. క్షత్రియకులుని = క్షత్రియకులమునందు పుట్టినవానిని. ఎన్నఁగాన్, ఏల = లెక్కింపనక్కరలేదు. ఎవ్వఁడు = ఎవఁడు. పంచసంవత్సరప్రాయమునను = ఐదేండ్లవయసునను. సురుచి, దురుక్తి, ఉగ్ర, శర, భిన్న, హృదయుఁడు, అయి = సవతితల్లియైన సురుచియొక్క దుర్భాషలను బాణములచే భేదింపఁబడిన మనస్సుగలవాఁడై, మద్వాక్యబోధన్ = నామాటలయందలి మంచి యుపదేశమును. మతిన్, తలఁచి = మదిలో పెట్టుకొని. వనమునకును, ఏఁగి = అడవికిపోయి. హరిభక్తివశతనుఒంది = శ్రీహరిభక్తివశుఁడై. అజితుఁడు అగుహరి = ఇంతకుము న్నెవరిచేతను జయింపఁబడని శ్రీహరి. తనవశుఁడై, చరింపన్, చేసి = తనకు వశుఁడై తిరుగునట్లు చేసె. వెసన్ = వేగముగా. తత్పదంబును = విష్ణుపదమైన ధ్రువమండలమును. చెందెన్ = పొందెను. అట్టి = అటువంటి. హరిపదంబును = ధ్రువమండలమును, పొందన్ = చేయుటకు, ఎవరికిన్ తరము = ఎవరికిశక్యమగును?

తా. బ్రహ్మఋషులమునను ధ్రువునివలె తపోమహిమను సంపాదింపజాలరన సాధారణ క్షత్రియులమాట వేఱు చెప్పనేల? ధ్రువుఁడు ఐదేండ్లబాలుఁడయి యున్నపుడే సవతితల్లి యాడినమాటలకునొచ్చి, అడవికేగి, శ్రీహరిని తనవశము చేసికొని, విష్ణుపదమునుపొంద నెవరికితరము? నె

క. అని పాడె ననుచు విదురున
కనఘుఁడు మైత్రేయు డనియె x నంచితభక్తిన్
వినుతోద్దామయశస్కుం
డనఁ గలయాధ్రువునిచరిత x మార్యస్తుత్యా. 167

అర్థ. అని, పాడెను, అనుచును = అని గానముచేసెనని, విదురునకు = విదురునితో. అనఘుఁడు, మైత్రేయుఁడు = మహానుభావుఁడైన మైత్రేయుఁడు ఆర్యస్తుత్యా = పెద్దలపొగడ్తకు పాత్రుఁడవయిన పరీక్షిన్మహారాజా; అంచితభక్తిన్ = నిర్మలమయిన భక్తితో. వినుత, ఉద్దామ, యశస్కుండు అనగల = గొప్పకీర్తిగలవాఁడు అనదగు ఆధ్రువుని చరిత్రమును; అనియెన్ = చెప్పెను.

తా. ఓరీ పరీక్షన్మహారాజా; నారదుఁడట్లు గానముచేసెనని మైత్రేయుఁడు విదురునితో భక్తిపూరితుఁడై చిరకీర్తియైన యాధ్రువుని చరిత్రమును దెల్పెను.

—: ఫలశ్రుతి :—

సీ. మహితసత్పురుషస x న్నుతమును ధన్యంబు
స్వర్గప్రదంబు య x శస్కరంబు
నాయుష్కరంబుఁ బు x ణ్యప్రదాయకమును
మంగళకర మఘ x మర్షణంబు
సౌమనస్యముఁ బ్రశం x సాయోగ్యమును బాప
హారమును ధ్రువపద x ప్రాపకంబు
నై యొప్పునీయుపా x ఖ్యానంబుఁ దగ నీకు
నెఱిఁగించితిని దీని x నెవ్వఁ డేని

తే. తివురుట శ్రద్ధాగరిష్ఠుఁడై తీర్థపాద
చరణసరసిరుహద్వయాశ్రయుఁడు నైన
భవ్యచరితుఁ దినాంత ప్రభాతవేళ
నలఘుమతిఁ బూర్ణిమావాస్య లందు మఱియు. 168

అర్థ. మహిత, సత్పురుష సమ్మతమును = సజ్జనులైన మహానుభావులకు; ప్రీతికరమైనదియు; ధన్యంబు = కృతార్థతను కలిగించునదియు; స్వర్గప్రదంబు = స్వర్గమునిచ్చునదియు; యశస్కరంబు = కీర్తికలుగఁజేయునదియు, ఆయుష్కరంబు = ఆయుర్వృద్ధిని కలుగఁజేయునదియు, పుణ్యప్రదాయకమును = పుణ్యమునిచ్చునదియు; మంగళకరము = శుభములను గలుగఁజేయునదియు; అఘమర్షణంబు = పాపములను కడగివేయునదియు; సౌమనస్యము = మంచిమనస్సులు కలుగఁజేయునదియు. ప్రశంసాయోగ్యమును = ప్రశంసింపఁదగినదియు పాపహరమును = పాపమును పోఁగొట్టునదియు. ధ్రువపదప్రాపకంబు = నిలుకడయైనపదవిని (వైకుంఠమును) పొందించునదియు; ఐ ఒప్పు = ఒప్పుచుండెడి. ఈ, ఉపాఖ్యానంబున్ = ఈకథను. తగన్ = బాగుగా; నీకున్ = నీకు, ఎఱింగించితిని = తెలిపితిని; దీనిన్ = దీనిని, ఎవ్వఁడేనిన్ = ఎవ్వఁడైనను, తివుటన్ = ఆసక్తితో శ్రద్ధాగరిష్ఠుఁడయి = ఎక్కువశ్రద్ధతో; తీర్థపాద, చరణ, సరసిరుహ, ద్వయ = పుణ్యముల పాదములుగల, లేదా!, గంగాప్రోద్భవించిన పాదములుగల; శ్రీహరి పాదపద్మములజంటను. ఆశ్రయుఁడును, అయిన = ఆశ్రయించినవాఁడును అయిన; భవ్యచరితున్ = పుణ్యచరిత్రముగల ధ్రువుని; దినాంత, ప్రభాతవేళన్ = సాయంకాలమందును; ఉదయమునను; అలఘుమతిన్ = మంచిబుద్ధితో పూర్ణిమ అమావాస్యలందున్, పున్నమనాఁడును అమావాస్యనాఁడును; మఱియున్ = ఇంకను; (ముందుపద్యముతో నన్వయము)

భా. ఈకథ, సజ్జనసమ్మతము, పవిత్రము, యశస్కరము, ఆయు

ష్కారము, పాపహరము నైనది దీని నీకెఱింగించితిని శ్రీవిష్ణుభక్తులలో నగ్రేసరుడైన యాధ్రువుని, ప్రాతఃకాల సాయంకాలములయందును, పున్నమ అమావాస్యలందును ఇంకను (ముందుపద్యముతో నన్వయము).

తే. ద్వాదశిని బద్మ బాంధవ వాసరమున
శ్రవణనక్షత్రమున దిన క్షయమునందుఁ
బరఁగ సంక్రమణవ్యతీ పాతలందు
సభలభక్తిని వినునట్టి సజ్జనులకు. 169

అర్థ. ద్వాదశిని = ద్వాదశినాఁడును; పద్మబాంధవవాసరమునన్ = ఆదివారమునాఁడును; శ్రవణనక్షత్రమునన్ = శ్రవణనక్షత్రమందును; దిన క్షయమునందున్ = క్షయతిథినాఁడును; పరఁగన్ = బాగుగా; సంక్రమణ = సంక్రమణము; వ్యతీపాతలందున్ = వ్యతీపాత యోగములందును; సభలన్ = సభలలో; భక్తితో, వినునట్టి, సజ్జనులకు = వినుసత్పురుషులకు (ముందుపద్యముతో నన్వయము)

తా. ద్వాదశి, ఆదివారము, శ్రవణనక్షత్రము, క్షయతిథి, సంక్రమణము, వ్యతీపాతయోగము, ఇట్టిసమయములందు సభలలో భక్తితో వినునట్టి సత్పురుషులకు (ముందుపద్యముతో నన్వయము)

వ. క్లేశనాశంబును మహాప్రకాశంబును నైనభగవద్భక్తియు శీలాదిగుణంబులును గలుగు మఱియుఁ దేజఃకామునకుఁ దేజంబును మనఃకామునకు మనంబును విద్యాకామునకుఁ దత్త్వవిజ్ఞానంబును గలుగు దీని వినిపించువారికి దేవతానుగ్రహంబు గలుగు నిట్టియుపాఖ్యానంబు నీకెఱింగించితి నని మైత్రేయుండు విదురునకుఁ జెప్పినక్రమంబున శుకయోగి పరీక్షిత్తున కెఱింగించె.

అర్థ. క్లేశనాశనంబును = దుఃఖమును పోఁగొట్టునదియుఁ; మహాప్రకాశంబును = గొప్పవెలుతురు నిచ్చునదియు. అయిన . భగవద్భక్తియుఁ = విష్ణుభక్తియు. శీల ఆదిగుణంబులును = సదాచారము మొదలైన సద్గుణములును, కలుగున్ = కలుగును ; మఱియున్ = ఇంతేకాక, తేజస్కామునకు = తేజస్సుకోరువానికి . తేజంబును = తేజస్సును . మనఃకామునకు = మర్యాదకావలసినవానికి . మనంబును = మర్యాదయును . నిష్కామునకున్ = కోరికలేనివానికి . తత్వవిజ్ఞానంబును = బ్రహ్మజ్ఞానమును . కలుగున్ కలుగును. దీనిన్ = ఈకథను . వినిపించువారికిన్ = చెప్పువారికి . దేవతా, అనుగ్రహంబు, కలుగున్ = దేవతలదయకలుగును . ఇట్టిఉపాఖ్యానంబున్ = ఇట్టివధను నీకు, ఎఱిగించితిన్, అను = నీకుతెల్పితిని . మైత్రేయుండు, విదురునకున్, చెప్పిన, క్రమంబునన్ = మైత్రేయుఁడు విదురునకుచెప్పినరీతిగా . శుకమహర్షి పరీక్షిత్తునకున్ = పరిక్షన్మహారాజునకు ఎఱిగించెన్ = తెలిపెను.

తా. దుఃఖమును పోఁగొట్టునదియు గొప్ప ప్రకాశముగలదియు నగు, భగవద్భక్తియు, సద్గుణములును కలుగును తేజస్సుకావలసినవానికి తేజస్సును మర్యాదకావలసినవానికి మర్యాదయు, కోరికలులేనివానికి బ్రహ్మజ్ఞానమును కలుగును దీనిని వినుపించువారికి దేవతలయనుగ్రహము కలుగును . అట్టికథను నీకుతెల్పితినని మైత్రేయుఁడు విదురునకు చెప్పినరీతిగా శుకుఁడు పరీక్షిన్మహారాజునకు తెలిపెను.

ధ్రువోపాఖ్యానము

సంపూర్ణము.

శ్రీచింతామణిముద్రాక్షరశాల:— రాజమండ్రి.

www.ingramcontent.com/pod-product-compliance
Lightning Source LLC
LaVergne TN
LVHW020122220825
819277LV00036B/529
* 9 7 8 1 0 2 2 2 3 2 3 5 8 *